THE SAGA OF ÞÓRÐUR KAKALI

Fig. 1. Hieronymus Bosch, *Ship of Fools* (1490–1500)

First published in 2020 by punctum books, Earth, Milky Way.
https://punctumbooks.com

ISBN-13: 978-1-953035-26-4 (print)
ISBN-13: 978-1-953035-27-1 (ePDF)

DOI: 10.21983/P3.0309.1.00

LCCN: 2020951025
Library of Congress Cataloging Data is available from the Library of Congress

Book design: Vincent W.J. van Gerven Oei

spontaneous acts of scholarly combustion

HIC SVNT MONSTRA

The Saga of Þórður kakali

ÞÓRÐ
ARSA
GA

The Icelandic Text, with an
English Translation by
D.M. White

Contents

Preface 11

Preface

The thirteenth-century Icelandic text *The Saga of Þórður kakali* survives today as part of the fourteenth-century compilation *The Saga of the Sturlungar*. In extant form, *The Saga of Þórður kakali* is a biography of Þórður kakali Sighvatsson (c. 1210–56) — chieftain, Norwegian royal retainer, and sheriff — and covers the periods 1242–50 and 1254–56.

Consequently, the saga is based on a "true story." In 1242, Þórður returned to Iceland from service as a royal retainer in Norway. At this time, Þórður appears to have been relatively penniless and powerless after being deprived of his patrimony by his enemies (chiefly Kolbeinn ungi Arnórsson of the Ásbirningar and Gissur Þorvaldsson of the Haukdælir) and allegedly outspending his means in Norway. In short order, Þórður was hounded to the ends of the country by his enemies, who had slain and subjugated all of his powerful kinsmen during the preceding four years (1238–42) and thus taken control of over half of Iceland.

However, over the course of less than a decade (1242–48), the underdog Þórður managed to overcome all the odds, defeating his enemies and establishing hegemony over all Iceland (1248–50). Þórður was the only medieval Icelander to achieve this feat, almost seven centuries of colonial rule commencing shortly after his time (1262/4–1944). Yet, the spokes of fortune's wheel soon turned against Þórður, and he ended up dying in exile in Norway in 1256.

When it was first written, *The Saga of Þórður kakali* was longer and probably covered Þórður's entire adult life (c. 1233–56). This original — **The Great Saga of Þórður kakali* — is now lost. Though of unattributed authorship, **The Great Saga of Þórður kakali* was written in the 1270s, potentially by Svarthöfði Dufgusson (c. 1218–c. 1286) — Þórður's cousin and trusted follower — who witnessed the majority of the events described in the text.[1] **The Great Saga of Þórður kakali* has been theorised by several scholars (including myself) to have been intended as a work of propaganda. The most recent word on this (mine) is that the saga was most likely written to provide political support to Hrafn Oddsson — Svarthöfði's brother-in-law, a trusted follower of Þórður, a powerful chieftain, and later the sole governor of Iceland on behalf of the Norwegian king — who during the 1270s was contending with three knotty problems: a rival for the governorship of Iceland, a troublesome southern bishop determined to wrest ownership of church estates from secular leaders, and controversial legal reforms.

As mentioned, the extant portions of the saga cover the periods 1242–50 and 1254–56. It begins *in medias res*. Chapter 1 is a prologue of sorts, summarising events in Iceland following the seizure of two of Þórður's cousins, Órækja Snorrason and Sturla Þórðarson, at Hvítárbrú in the year 1242. The chapter reports that Órækja and Gissur Þorvaldsson travelled abroad and tells how Kolbeinn ungi subjugated the Western Quarter of Iceland to his leadership. Chapter 2 describes Þórður kakali's arrival back in Iceland in September 1242. Chapters 2–5 provide an account of Þórður's attempt to gather support for his case against Kolbeinn and Gissur for the deaths of his father and brothers at the Battle of Örlygsstaðir in 1238.

---

1   For the most comprehensive survey of the origins of *The Saga of Þórður kakali* (as **The Great Saga of Þórður kakali*), see Daniel Martin White, *On the Origins of* Þórðar saga kakala, PhD diss., University College London, initial submission: 2020.

Chapters 6–7 explain the course of events when, after gathering an army, Þórður immediately invades the Southern Quarter. This campaign comes off as a success in chapter 7, and chapters 8–10 describe the escape of Þórður and his men from Kolbeinn, who has been made aware of the incursion by Hjalti biskupsson, the interim leader of Árnesþing.

Chapters 11–22 tell of a series of escalating skirmishes between Þórður's and Kolbeinn's sides, and the raising of navies by each. Following a devastating attack on Vatnsdalur by Þórður, Kolbeinn avenges himself by pillaging Dalir and the region around Reykhólar, before hunting down Þórður's brother, Tumi yngri, and killing him, in chapters 23–26. This outrage, and the harsh measures imposed on the Eyfirðingar, set the stage for chapters 27–35, which describe the course of the naval engagement called the Battle of Húnaflói and the amphibious manoeuvres which followed.

Though the Battle of Húnaflói proves undecisive, a partial resolution between the two sides is reached in chapters 36–38 by Kolbeinn returning Þórður's patrimony to him and dying shortly after. Þórður establishes himself as the leader of Eyjafjörður while Brandur Kolbeinsson takes the helm in Skagafjörður. Chapters 39–41 describe escalating tensions between Þórður and Brandur, culminating in a second confrontation at the Battle of Haugsnes in chapters 42–44.

Having summarily executed Brandur following a total victory over the Skagfirðingar, Þórður and Gissur agree to resolve their own dispute through the mediation of the Norwegian king in chapter 45. The two travel to Norway and submit their case to the Norwegian king's judgment in chapter 46. Chapter 47 tells what happened next in Iceland and dates the death of Brandur. Returning to Norway in chapter 48, it is stated that Cardinal William of Sabina decided the dispute in Þórður's favour, and that he was to be sent by the Norwegian king to promote the royal cause with the assistance of the new bishop elect of Hólar, Henrik.

Chapter 49 summarises Þórður's time in Iceland during the period 1247–50. Most of the narrative is taken up with the mat-

13

ter of how he established leadership over the whole country and notes some key events during his ascendancy. Þórður and Bishop Henrik, however, fall out, for the latter believes the former to have laboured more on his own behalf than the king's. The consequence is that Bishop Henrik goes to Norway and makes the case against Þórður before King Håkon in 1249. Chapter 49 ends abruptly in the winter of 1249–50 by telling how few support Þórður's case in Norway.

Chapter 50 — the last — picks up the story four years after the end of chapter 49, with Gissur's arrival in Norway in 1254 after the Flugumýri Arson on 22 October 1253. After a confrontation with Þórður at the court, we hear about Þórður's activity in Norway as a sheriff, his popularity, and then an account of his death.

The Saga of Þórður kakali, treated as a primary source, provides the reader with an interesting view of power politics and political culture from the periphery of medieval Europe, challenging dominant historiographical narratives derived from the sources produced at the center. For example, let us consider the influence that Hálfdan Sæmundarson — Þórður's brother-in-law — is reported to wield, despite the fact that he was, by his own admission (in chapter 2 of the saga), a peaceful, placid individual, so uninterested in politics and conflict that he surrendered the opportunity to lead Rangárþing to his brothers. In chapter 7, Þórður asks his sister Steinvör to summon the householders of Rangárþing for an attack on the episcopal See of Skálholt. Here we are told of a levy of troops being quickly raised in the name of Hálfdan — who did not even hold a political office in the region — and then immediately disbanded with virtually no effort:

> Steinvör summoned together all of the householders in one location, ordering them to be ready to follow Þórður and Hálfdan. Björn and Kolbeinn met Hálfdan and gave him the message from Þórður and Steinvör. Hálfdan said it was unwise to assault a holy place on account of the householders [of Árnesþing], who would not be of any account. 'I will not go anywhere, nor shall any of my men, but Þórður may get

vengeance against the householders some other way in time.'
Then Hálfdan sent men to the householders and told them
to go home.

This evidently does not square with the typical view of the pow-
erful medieval magnate as a warrior and skilled political player.

Additionally, a close reading of the contents of *The Saga of
Þórður kakali* yields much historical evidence to confront out-
dated views of the roles and limitations of women, the disabled,
and the poor in medieval European society. To illustrate this,
consider the following scene from chapter 2 of the saga which
describes the indomitable Steinvör, Þórður's sister (and the wife
of Hálfdan):

> Steinvör [...] said that Hálfdan would obviously assist Þórður
> in such ways as he could. She also noted that, hitherto, Hálf-
> dan had never been a warrior, and 'I have not urged him to
> involve himself in high-profile cases. However, our relation-
> ship will suffer if you do not assist my brother Þórður and
> the natural order of things shall be violated: I will take up
> weapons and seek a following of men, leaving you with the
> kitchen keys.' Steinvör continued speaking for a while and
> Hálfdan listened in silence.

Later on, in chapter 7, *The Saga of Þórður kakali* reports that this
same Steinvör was so well-regarded that she was chosen to arbi-
trate a high-profile dispute alongside a bishop. Clearly, Steinvör
does not fit the "damsel in distress" stereotype commonly mis-
applied to the wives of medieval élites.

Beyond its historiographic value, the saga also reflects con-
siderable art. The artistic skill of the saga's author has previously
been compared unfavourably to *The Saga of the Icelanders* (the
magnum opus of Þórður's cousin Sturla Þórðarson — the famous
poet, writer, chieftain, royal retainer, and lawman).[2] However,

---

2   Jónas Kristjánsson and Peter Foote, trans., *Eddas and Sagas: Iceland's Medi-
    eval Literature* (Reykjavík: Hið íslenska bókmenntafélag, 2007), 195, 198.

my contention is that Sturla and the author of *The Great Saga of Þórður kakali* were both skilled practitioners, and that pitting the two against each other does not add anything to scholarly discourse on either text.

I admire two things in particular about the literary art of *The Saga of Þórður kakali*. Firstly, the author of *The Great Saga of Þórður kakali* was highly skilled with the technique of interlacement. The interlaced structure of the saga is fractal, with the author using it to depict simultaneous action within scenes at the smallest scale and to interweave the saga's main plot with several subplots on a grand scale. The effect of this is that the narrative appears to orbit around the titular character, Þórður kakali, and invites the reader to draw comparisons with other characters. Secondly, the saga is also replete with intertextual references to then-contemporary literature (chiefly *The Saga of King Sverre of Norway*) which enables the author to "show" the audience a lot about the character of Þórður in particular without actually having to "tell" them much.

The Saga of Þórður kakali is readily available in Icelandic editions of The Saga of the Sturlungar, but, hitherto, only one English translation of *The Saga of the Sturlungar* (and thus *The Saga of Þórður kakali*) has ever been produced. This translation was carried out by Julia McGrew and R. George Thomas (published in two volumes, 1970–74).[3] Nevertheless, even with the invaluable assistance of the eminent Icelandic scholar Sigurður Nordal — who provided English translations of the trickier passages of text — McGrew and Thomas's translation turned out "defective and unreliable" (in the words of Oren Falk).[4]

Published translations are cultural levelers insofar as they open up texts to broader audiences — members of the interested wider public — who may not have the means or time to learn the original language merely to study a single primary source or

3   R. George Thomas, ed. *Sturlunga Saga,* trans. Julia H. McGrew, 2 vols. (New York: Twayne Publishers, Inc. & The American-Scandinavian Foundation, 1970–4).
4   Oren Falk, "Helgastaðir, 1220: A Battle of No Significance?" *Journal of Medieval Military History* 13 (2015): 99n13.

read a lone literary classic. While McGrew and Thomas's translation of *The Saga of Þórður kakali* is more-or-less serviceable if used with extreme caution (i.e., by native English speakers with fluency in Icelandic), the importance of competent translations should not be forgotten, especially for the reader without Icelandic language skills: poor translations can offend, confuse, and mislead users of the target language.

What follows is an Icelandic–English parallel text of *The Saga of Þórður kakali*. It may appear controversial to some that I have chosen to present the source text of the saga in modern Icelandic orthography. However, I would counter that the language of the medieval Icelanders is not a dead one. I feel strongly that imposing "standardized Old Norse" orthography on the medieval Icelandic corpus — which is done in spite of the fact that spelling was neither homogenous nor static in reality during this period — serves to marginalize this language even more than it already has been by the ascendancy of English during the digital age. Moreover, when one does not employ modern Icelandic orthography, one prematurely accepts the relegation of the language which birthed the sagas to history, even though it still breathes.

As for the English translation, I have striven to maximize both fidelity to the text and reader comprehension. Nevertheless, I admit that a marked preference for the latter is evident.

D.M. White
August 2019

17

Further Reading

On Þórður kakali and His Historical Context

Callow, Christopher. *Landscape, Tradition and Power in Medieval Iceland.* Leiden: Brill, 2020.

Jakobsson, Ásgeir. *Þórður kakali.* Hafnarfjörður: Skuggsjá, 1988; Reykjavík: Ugla, 2019.

Jakobsson, Sverrir. *Auðnaróðal: baráttan um Ísland 1096–1281.* Reykjavík: Sögufélag, 2016.

————. "From Charismatic Power to State Power: The Political History of Iceland 1096–1281." *Średniowiecze Polskie i Powszechne* 12 (2016): 56–74.

————. "The Process of State-formation in Medieval Iceland." *Viator* 40, no. 2 (2009): 151–70.

————. "The Territorialization of Power in the Icelandic Commonwealth." In *Statsutvikling i Skandinavia i middelalderen,* edited by Sverre Bagge, 101–18. Oslo: Dreyers Forlag, 2012

Kristinsson, Axel. "The Revered Outlaw: Gísli Súrsson and the Sturlungs." CAHD *Papers* 4 (2009).

Karlsson, Gunnar. *Goðamenning: Staða og áhrif goðorðsmanna í þjóðveldi íslendinga.* Reykjavík: Heimskringla, Háskólaforlag Máls og Menningar, 2004.

————. *Iceland's 1100 Years. History of a Marginal Society.* London: Hurst & Company, 2000.

Loftsson, Birgir, and Ómar Gíslason. *Hernaðarsaga Íslands: 1170–1581.* Reykjavík: Pjaxi, 2006.

Orning, Hans Jacob. "Statsutvikling i Norge og på Island i høymiddelalderen belyst ut fra en analyse av Þórðr kakali Sighvatssons og Sverre Sigurdssons vei til makten." *Historisk tidsskrift* 4 (1997): 469–86.

Sigurðsson, Jón Viðar. "The Making of a 'Skattland': Iceland 1247–1450." In *Rex Insularum: The King of Norway and His 'Skattlands' as a Political System c. 1260-c. 1450,* edited by Steinar Imsen, 181–225. Bergen: Fagbokforlaget, 2014.

Sveinsson, Einar Ól. "*Sturlungaöld. Drög um íslenzka menningu á þrettándu öld* (Reykjavík, 1940), trans. Jóhann S. Hannesson as *The Age of the Sturlungs: Icelandic Civilization in the Thirteenth Century." Islandica* 36 (1953).

On The Saga of Þórður kakali

Bragason, Úlfar. "On the Poetics of *Sturlunga*." PhD diss., University of California, Berkeley, 1986.

———. "Um samsetningu *Þórðar sögu kakala*." In *Sagnaþing helgað Jónasi Kristjánssyni sjötugum 10. apríl 1994,* edited by Guðrún Kvaran, Gísli Sigurðsson, Sigurgeir Steingrímsson, and Jónas Kristjánsson, 815–22. Reykjavík: Hið íslenska bókmenntafélag, 1994.

———. *Ætt og saga: Um frásagnarfræði Sturlungu eða Íslendinga sögu hinnar miklu.* Reykjavík: Háskólaútgáfan, 2010.

Carron, Helen. "History and *Þórðar saga kakala*." In *The Fantastic in Old Norse-Icelandic Literature: Sagas and the British Isles,* edited by John McKinnell, David Ashurst, and Donata Kick, 161–70. Durham: Centre for Medieval and Renaissance Studies, Durham University, 2006.

Cattanéo, Grégory. "Écrire l'histoire d'une faide dans l'Islande du XIIIᵉ siècle. Quelques remarques sur *la Saga des Svínfellingar." Tabularia. Sources écrites des mondes normands médiévaux* (2016): 91–118. DOI: 10.4000/tabularia.2285.

Coroban, Costel. "Dissent versus Conformism in *Þórðar saga kakala* (13th-century Iceland)." *Revista Română de Studii Baltice şi Nordice* 11, no. 1 (2019): 7–18.

———. *Ideology and Power in Norway and Iceland, 1150–1250.* Cambridge: Cambridge Scholars Publishing, 2018.

Jónsson, Einar Már. "La Saga de Thórdur kakali: une œuvre de propagande?" *Médiévales. Langues, Textes, Histoire* 50 (2006): 47–57. DOI: 10.4000/medievales.1339.

Nordal, Guðrún. "Rewriting History: The Fourteenth-century Versions of *Sturlunga saga*." In *Creating the Medieval Saga: Versions, Variability and Editorial Interpretations of Old Norse Saga Literature,* edited by Judy Quinn and Emily Lethbridge, 175–90. Odense, University Press of Southern Denmark, 2010.

———. "To Dream or Not To Dream: A Question of Method." In *The Fantastic in Old Norse-Icelandic Literature: Sagas and the British Isles*, edited by John McKinnell, David Ashurst, and Donata Kick, 304–13. Durham: Centre for Medieval and Renaissance Studies, Durham University, 2006.

Ólsen, Björn M. "Um Sturlungu." *Safn til sögu Íslands og íslenzkra bókmennta* 3, no. 2 (1902): 193–510.

Pálsson, Viðar. "Forming Bonds with Followers in Medieval Iceland: The Cases of Thordr kakali and Thorgils skarði." In *Nordic Elites in Transformation, c. 1050–1250, Volume II: Social Networks*, edited by Kim Esmark, Lars Hermanson, and Hans Jacob Orning, 214–26. New York: Routledge, 2020.

Sigurðsson, Pétur. "Um Íslendinga sögu Sturlu Þórðarsonar." *Safn til sögu Íslands og íslenzkra bókmennta* 6, no. 2 (1933–35): 1–179.

Vigfússon, Guðbrandur. "Prolegomena." In *Sturlunga saga Including the Islendinga saga of Lawman Sturla Thordsson and Other Works*. Oxford: Clarendon 1878.

White, Daniel. "On the Origins of *Þórðar saga kakala*." PhD diss., University College London, initial submission 2020.

Þorláksson, Helgi. "Sturlunga — Tilurð og markmið." *Gripla* 23 (2012): 55–92.

Editions and translations of and from The Saga of the Sturlungar

Boyer, Régis. *La saga des Sturlungar.* Paris: Les Belles Lettres, 2005.

Carron, Helen. "An Edition of *Þórðar saga kakala* Based on Add. 11.127." MPhil diss., University College London, 1988.

Jóhannesson, Jón, Magnús Finnbogason, and Kristján Eldjárn. *Sturlunga saga.* 2 vols. Reykjavík, 1946.

Jónsson, Guðni. *Sturlunga saga.* 3 vols. Reykjavík: Snorraprent, 1954.

Kålund, Kristian. *Sturlunga saga efter membranen Króksfjarðarbók udfyldt efter Reykjarfjarðarbók.* 2 vols. Copenhagen: Gyldendalske boghandel, 1906–11.

————. *Sturlunga saga i dansk oversættelse.* 2 vols. Copenhagen: Gyldendal, 1904.

Pietruszczak, Henryk. *Saga O Rodzie Sturlungów.* Zgorzelec: Henryk Pietruszczak, 2017.

Thomas, R. George, ed. *Sturlunga Saga.* Translated by Julia H. McGrew. 2 vols. The Library of Scandinavian Literature. New York: Twayne Publishers, Inc. & The American-Scandinavian Foundation: 1970–74.

Thorsson, Örnólfur. *Sturlunga saga – Árna saga biskups – Hrafns saga Sveinbjarnarsonar hin sérstaka.* 3 vols. Reykjavík: Mál og menning, 2010.

Vigfússon, Guðbrandur. *Sturlunga saga Including the Islendinga saga of Lawman Sturla Thordsson and Other Works.* Oxford: Clarendon, 1878.

Viljoen, Leonie. "*Svinfellinga saga*: A New Critical Edition of BL Add. 11, 127 fol." PhD diss., University of Cape Town, 1995.

White, Daniel. "The Tale of Geirmund the Hel-skinned." *Delos* 33, no. 2 (2018): 146–56.

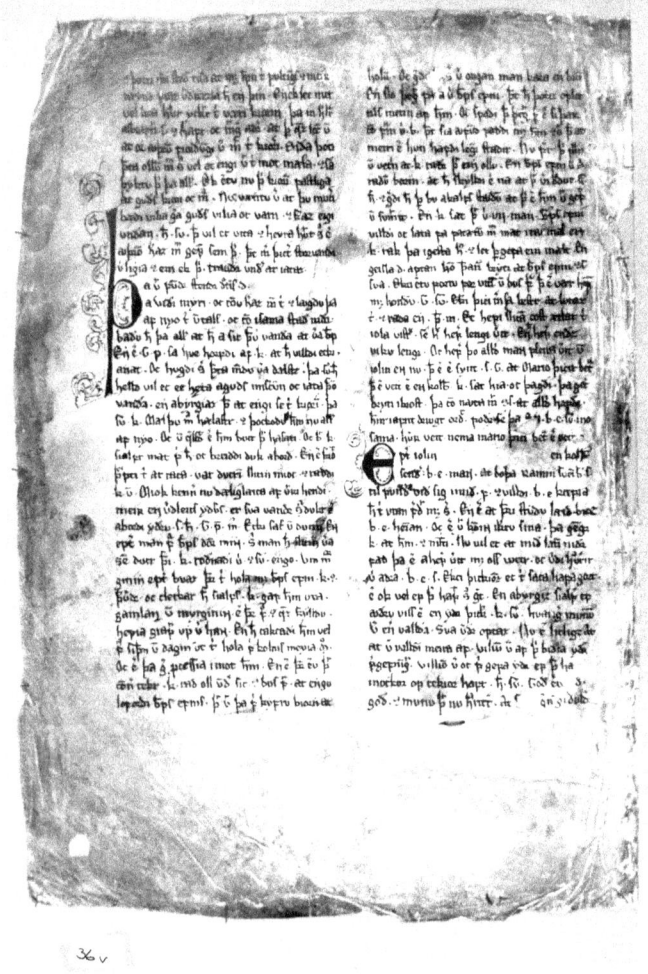

Fig. 1. fol. 36v of AM 122 a, one of the two vellum manuscripts of *Sturlunga saga*. Source: *Dictionary of Old Norse Prose*, https://onp.ku.dk/onp/onp.php?i118597.

Fyrsti kafli

Einum vetri eftir lát Snorra Sturlusonar hófust þeir atburðir er mörg tíðindi gerðust af síðan, utanferð Gissurar Þorvaldssonar fyrir sunnan land en Órækja fór utan í Eyjafirði. Það haust kom út Þórður Sighvatsson að Gásum og Jón Sturluson og var þá barn að aldri. Solveig móðir hans kom og þar út og dætur hennar. Jón lindiás var stýrimaður á skipi því.

Í þenna tíma var Kolbeinn ungi mestur höfðingi fyrir norðan land og hafði þröngt undir sig mestum hluta landsins. En þá er Gissur fór utan hafði hann sett Hjalta frænda sinn í rúm sitt og skyldi hvor þeirra Kolbeins veita öðrum ef ófriður væri ger á aðra hvora, Sunnlendinga eða Norðlendinga. Voru og Dufgussynir utan reknir, Svarthöfði og Kolbeinn. Björn skyldi vinna eiða Kolbeini að vera aldrei á móti honum við hvern sem hann ætti um.

Sturla Þórðarson var tekinn með valdi við Brú með Órækju sem fyrr var ritað og skyldi annaðhvort fara utan eða sverja Kolbeini tylftareið og hinir bestu menn honum úr Vestfjörðum að vera aldrei á mót Kolbeini þó að Þórður kæmi til eða nokkur maður hæfi ófrið í móti honum. Páll prestur Hallsson reið norður og Ketill prestur Þorleiksson, Gunnsteinn Hallsson og Vigfús son hans, Þóroddur prestur og allir hinir bestu menn úr þeim sveitum sem hann átti forræði. Sór Sturla eið og þessir menn með honum og reið heim síðan.

Chapter One

The consequences of these events, which occurred in the year following Snorri Sturluson's death, were far-reaching. Gissur Þorvaldsson went abroad from southern Iceland while Óraekja departed for overseas from Eyjafjörður. That autumn, Þórður Sighvatsson returned to Iceland via Gásir. With Þórður on this journey were Jón Sturluson, still a child at that time; Solveig, Jón's mother; Solveig's daughters; and Jón lindås, the captain of their ship.

At that time Kolbeinn ungi was the most powerful leader in northern Iceland. In addition, Kolbeinn had set himself over the greater part of the country. When Gissur travelled abroad he left his authority in the care of his kinsman Hjalti; there was an agreement in place that Kolbeinn and Hjalti would assist each other should any attempt be made to raise rebellion in either the northern or southern part of the country. Two of the sons of Dufgus — Svarthöfði and Kolbeinn — had been driven abroad from the country like Óraekja, while a third — Björn — was obliged to give an oath to Kolbeinn. Björn's oath stipulated that he would never be an enemy to Kolbeinn, irrespective of the circumstances.

Sturla Þórðarson had been forcibly seized at Brú with Óraekja. Sturla was compelled by his captors to choose one of two alternatives: to go overseas like Óraekja or to get eleven of the

Þetta hið sama sumar reið Einar Þorvaldsson og Þórdís
Snorradóttir og hinir bestu bændur með þeim úr Ísafirði norður
á fund Kolbeins og fengu þar sæmilegar viðtökur og gjafir góðar.
Og að skilnaði þeirra játuðu þau öll því er Kolbeinn vildi eða
beiddi. Riðu þá vestur með þeim Einar Jónsson og Einar dragi og
þeir sex saman af fylgdarmönnum Kolbeins. En þá er þau komu
til Staðar í Steingrímsfjörð gerðu þeir menn til Ásgríms Berg-
þórssonar á Kallaðarnesi. Kom hann til móts við þá og festi
trúnað sinn með eiðum við Kolbein og var til þess trauður í
fyrstu. En þá er þeir heyrðu að annaðhvort skyldu allir menn
vinna Kolbeini eiða í Vestfjörðum eða sæta afarkostum ellegar
fór honum þá sem öðrum er ekki var til annarrar handar að
hann sá ekki annað sitt ráð en gera svo sem beitt var. Riðu þeir
þá vestur til Ísafjarðar og stefndu þar fund búendum, höfðu
þá uppi eiðamálið. Gekk það auðvelt sem von var því að þar
voru margir vinir Kolbeins hinir stærri búendur en í annan stað
vildu allir gera vilja Einars og Þórdísar. Sóru þá allir bændur eið
Kolbeini.

Eftir það fóru þau vestur til Barðastrandar og áttu þar
fund við höfðingja og stefndu til Gísla af Sandi og höfðu uppi
orðsending Kolbeins að Gísli skyldi sverja eið eða mæta ella
því meira fjandskap af Kolbeini sem hann hefði í fleira því
verið, sem honum var til mótgangs, en aðrir. Gísli kveðst aldrei
mundu Kolbeini eiða sverja. Fór þá í heitan og fjandskap af
hvorumtveggjum. Var þar við Eyvindur prestur Þórarinsson,
góður maður og göfugur, er oftast var vanur að vera umbót með
Gísla og öðrum mönnum þeim er þess þurftu við. Þar var og
Þórarinn Kollason systurson Eyvindar. Kölluðu þeir þá Gísla á
tal við sig og báðu hann að hyggja í hvert óefni komið var, kváðu
nú eigi Sighvat eða Sturlu til liðveislu við hann eða aðra þá er
honum hefðu mestir flutningsmenn verið. Gísli kvað Kolbein
annars maklegan eða þá menn er ráðið höfðu Sighvat eða Sturlu
en hann veitti þeim né einn trúnað. Eyvindur kvað þá á hitt að
líta að hann breytti eigi svo að hann tæki afarkosti á mót en
sveitin hefði ófrið og þótti öllum það af honum hljótast. Gísli

most prominent men from the Western Quarter to join him in swearing an oath of twelve to Kolbeinn. This oath was designed to bind Sturla and his eleven confederates against becoming Kolbeinn's enemies, even if Þórður returned to Iceland or some other person waged war against him. Gunnsteinn Hallsson; Vigfús Gunnsteinsson; the priests Páll Hallsson, Ketill Þorleiksson, and Þóroddur; and all the worthies from the districts headed by Sturla rode north. Together, Sturla and these men swore the oath before riding home.

That same summer, Einar Þorvaldsson, Þórdís Snorradóttir, and the most important householders living in Ísafjörður rode north to meet Kolbeinn. Kolbeinn welcomed them well and gave good gifts. When the time came to part, Einar and the householders agreed to everything and anything that Kolbeinn either wanted or requested.

Afterwards, Einar Jónsson, Einar dragi, and six of Kolbeinn's retainers accompanied Einar Þorvaldsson and his companions back to the west on horseback. When the travelers neared Staður in Steingrímsfjörður, Kolbeinn's men made for Ásgrímur Bergþórsson at Kallaðarnes. He came to meet them and gave his oath of allegiance to Kolbeinn. Ásgrímur had been hesitant at first, but when he was informed that the Vestfirðingar were either to swear Kolbeinn an oath or suffer the consequences of disobedience, then matters went as they often do when one is backed into a corner. Ásgrímur thus saw no other feasible course of action than to do as he was told. From Steingrímsfjörður, Kolbeinn's men rode west to Ísafjörður and summoned a meeting of the local householders. For the second time on their journey, the matter of the oath was brought up. It was anticipated that things would go smoothly in those parts, as the Ísfirðingar were great friends of Kolbeinn. Moreover, everyone living there wanted to do what Einar and Þórdís asked them to; thus, all the householders present swore the oath to Kolbeinn.

Next, Kolbeinn's men went still further west until they came to Barðaströnd to have a meeting with the leaders of the district. Gísli of Rauðasandur was summoned to that meeting. They told Gísli that he was either to swear an oath or experience consid-

kveðst þó aldrei Kolbeini Arnórssyni mundu eið sverja hvað sem í skurð gengi.

Eyvindur þagnaði þá um hríð og mælti síðan: Sverðu þá eið Kolbeini unga. Eg á þann son er Kolbeinn heitir og er heitinn eftir Kolbeini Sighvatssyni og má þá verða réttur eiður þinn er þú veist það í hug þér að þú þykist honum sverja.

Gísli kveðst þetta gera mundu með forsjá þeirra. Gengu þeir þá með þessu ráði til móts við þá Einar og Norðlendinga. Sagði Eyvindur þá að Gísli vildi gera eftir bæn hans og annarra vina sinna. Stafaði Einar Jónsson þá Gísla eið en hann sór eftir því sem þeir Eyvindur prestur höfðu ráðið og sá engi maður í það. Sóru þá allir bændur eiða á þeim fundi, þeir sem þess voru beiddir. Skildu þeir þá slíkir vinir sem þeir fundust.

Fóru þeir Einar þá norður í fjörðu og gengu þar allir hinir stærri bændur til eiða utan fáir menn. Sanda-Bárður og nokkurir menn vildu eigi sverja.

Eftir þetta riðu þeir Kolbeins menn norður. Nú fékk Kolbeinn með slíku móti vald yfir Vestfjörðum sem hér var sagt.

Þetta sama haust varð Þorfinnur afturreka í Hrútafirði. Voru þar Dufgussynir á skipi og margir aðrir íslenskir menn. Riðu þeir þá heim í Hjarðarholt.

Fór þá Björn drumbur norður á fund Kolbeins og Þorsteinn Hjálmsson með honum. Skyldu þeir þá friða fyrir þeim bræðrum við Kolbein.

En er þeir komu á hálsinn hjá Svínavatni reið þar maður á móti þeim. Sá hét Jón og var kallaður liðsmaður.

Þorsteinn spyr hann tíðinda.

Hann sagði þeim skipkomu að Gásum og að þar var á Þórður Sighvatsson.

Þorsteinn spurði hvert Jón skyldi.

Eg skal fara í Vestfjörðu, sagði hann, að finna yður hina stærri bændur.

Þorsteinn spyr hvað erinda sé.

Jón segir: Hefir Kolbeinn til þess orð send, ef Þórður kæmi hér fram nokkur, að taka hann og skyldi færa honum.

Þorsteinn bað hann finna aðra bændur en við munum ríða á fund Kolbeins.

erably more enmity from Kolbeinn than he presently did (this was due to the fact that Gísli had been a constant adversary of Kolbeinn's, more so than others). Gísli retorted that he would never swear an oath to Kolbeinn. The situation got heated and there was much hostile feeling on both sides. The priest Eyvindur Þórarinsson, a good and magnanimous man, was present at the meeting. Eyvindur had often mediated between Gísli and others, whenever the need arose. Þórarinn Kollason, Eyvindur's nephew, was also there. They took Gísli to one side to talk and asked him to think about how difficult matters had now become for them. They reminded him that he had neither Sighvatur or Sturla to rely upon now, nor any of the others who had given him a great deal of support in the past. Gísli responded that Kolbeinn and the others who had plotted against Sighvatur and Sturla deserved something altogether different to an offer of allegiance from him. Eyvindur reminded Gísli that he had to be careful not to act in such a way that he brought harm upon himself or caused the district to be stricken with warfare that everyone would blame him for causing. Gísli nevertheless declared that he would never swear an oath to Kolbeinn Arnórsson, whatever the consequences.

Eyvindur went silent for a moment, and then said: 'do you have to swear Kolbeinn ungi an oath? I have a son called Kolbeinn, who is named after Kolbeinn Sighvatsson, and you may consider your oath more bearable and valid if you think about him while swearing'.

Gísli replied that he would do as they advised. They went with this plan in mind to meet with Einar and the Northerners. Eyvindur said that Gísli wanted to do as he and his other friends asked him to. Gísli proceeded to swear the oath, repeating after Einar Jónsson, as the priest Eyvindur and he had planned, and no man saw through it. All the householders at that meeting then swore the oath, exactly as they were bade. This done, they parted in such a state of friendship as they had met.

Einar and his companions now went northwards to the fjord, and all the prominent householders came to swear the oath ex-

Þá skildu þeir. Reið Jón þá vestur en þeir Þorsteinn riðu þá norður og Björn.

Og þá er fal sýn í milli þeirra Jóns mælti Björn við Þorstein: Þau tíðindi hefi eg frétt að eg mun aftur hverfa og ríða eigi lengra. Hví sýnist þér svo? sagði Þorsteinn.

Björn svarar: Eg veit að bræður mínir munu jafnskjótt fara til Þórðar sem þeir ná honum hverigu sem eg heit Kolbeini en eg vil fylgja þeim.

Þorsteinn varð fár um og kvað hann ráða mundu. Þetta var um dagmálaskeið.

Sneri Björn nú aftur og reið svo norðan að hann fann ekki menn, kom heim í Hjarðarholt er lítið var af nótt. Vakti hann upp bræður sína og sagði þeim þessi tíðindi. Þeir urðu þessu fegnir og þótti hann vel farið hafa. Sátu þeir nú heima um hríð.

cept for a few men. Sanda-Bárður and some others refused to swear it.

Afterwards, Kolbeinn's men returned to the North. What has just been described is the means by which Kolbeinn came to control the Vestfirðir.

That same autumn Þorfinnur fipur ran ashore at Hrútafjörður. With him were the sons of Dufgus and many other Icelanders. After landing, the sons of Dufgus rode home to Hjarðarholt.

Then Björn drumbur and Þorsteinn Hjálmsson went northwards to meet with Kolbeinn: they were seeking a truce with Kolbeinn on behalf of Björn's brothers.

When they reached a ridge by Svínavatn, they noticed a man riding to meet with them. The man's name was Jón and he was called liðsmaður.

Þorsteinn asked him for news.

He told them that a ship had come to Gásir which had Þórður Sighvatsson and many other Icelandic men onboard.

Þorsteinn asked Jón what he was currently doing.

'I am on my way to the Vestfirðir,' he said, 'to find you and the other prominent householders.'

Þorsteinn inquired of Jón what his errand was.

Jón said: 'Kolbeinn has sent word that if Þórður comes passes through here, he is to be seized and taken to him.'

Þorsteinn bade he find the other householders, 'and we will ride to meet with Kolbeinn.'

Then they parted: Jón rode west, but Þorsteinn and Björn rode north.

And when they were out of Jón's sight, Björn said to Þorsteinn: 'I have resolved to terminate this journey and return home based on the news which I have just received.'

'What do you mean?' asked Þorsteinn.

Björn answered: 'I know that my brothers will rally to Þórður's side as soon as he nears them, and — regardless of what I have promised Kolbeinn — I will follow them.'

Þorsteinn was uneasy about this proposition, though commented that it was up to Björn. This exchange took place about breakfast time.

Fig. 2. A statue of Snorri Sturluson by Gustav Vigeland in Reyk-
holt. Source: *Wikimedia,* https://commons.wikimedia.org/wiki/
File:Reykholt_07.jpg.

Björn now turned back and rode southwards in such a fashion that he met no men. He arrived at Hjarðarholt in the early evening. Björn woke up his brothers and told them the news. On hearing it, they were delighted and thought he had done well. The brothers now remained at home for some time.

Annar kafli

En er Þórður var á land kominn í Eyjafirði þá voru þar fyrir heimamenn Kolbeins unga og hleyptu þegar til Skagafjarðar á fund Kolbeins og sögðu honum að Þórður var út kominn. Þórður varð landfastur laugardag hinn næsta fyrir Maríumessu síðari. Hún var á öðrum degi viku. Voru þar í kaupstefnunni margir hinir stærri bændur, þeir er verið höfðu ástvinir föður hans. Kemur þá til hans Halldóra móðir hans og aðrir frændur hans og urðu allir honum fegnir í fyrstunni.

En er þeir hugsuðu um ríki Kolbeins unga, hversu mikið orðið var, þá þótti þeim nálega sem Þórður væri látinn. Og vöktust þá upp af nýju þeir harmar er Halldóra hafði beðið því að engi hans frænda treystist að veita honum en alþýða var svo hrædd að ekki þorði við hann að mæla það er eigi var á allra manna viti. En margir voru í sökum vafðir við Þórð, er farið höfðu með eignir þær er faðir hans hafði átt og bræður.

En er Þórður sá hversu alþýðu var snúið af hræðslugeði til mótgangs við hann fyrir ríki Kolbeins svo að hverjum þótti sem láta sjálfan sig eða eignir sínar ef honum gerði nokkurn góðan hlut þá fékk hann sér hesta og reið inn til héraðs.

Þórður reið nú inn á Grund. Þá bjó á Grund á föðurleifð hans Styrmir Þórisson og Sigríður Sighvatsdóttir. Þau áttu tvö börn. Hét Teitur son þeirra en Halla dóttir. Teitur var þá eigi heima og farinn út í Grímsey.

Chapter Two

When Þórður came ashore at Eyjafjörður, he was confronted by Kolbeinn ungi's retainers. These men rushed off immediately to Skagafjörður to meet with Kolbeinn and notify him that Þórður had returned.

Þórður made land on the Saturday before the later mass of St. Mary (which took place on the second day of the week). In the marketplace were many prominent householders, those who had been faithful friends to his father. His mother Halldóra and other kinsmen then came to meet him there and everyone was delighted to see him at first.

However, when they considered how great Kolbeinn's power had become, it seemed to them that Þórður was as good as dead. Halldóra wept — her previous grief returning to her — because none of Þórður's kinsmen dared to offer him help. Moreover, fear was so rife that no-one was even willing to risk informing Þórður of anything which was not already common knowledge. Still further, many of those present were embroiled in cases against Þórður: they had taken over property which had belonged to his father and brothers.

Þórður now saw that everyone was too frightened to assist him due to Kolbeinn's power, for all believed life or property to be in jeopardy should they do him a good turn. Thus, he mounted his horse and rode into the district, eventually arriving at Gr-

Þá er Sighvatur og Sturla voru látnir þá lét Kolbeinn eiga
skuldadóm eftir Sighvat og gerði hann félausan. Í því máli vafði
hann alla hina stærri bændur í Eyjafirði með öðru hvoru, að
þeir skyldu ágirnast og kallast átt hafa eða lét þá kaupa hvort
er þeir vildu eða eigi og gefa frjálsar eignir fyrir til þess að þá
væri öll alþýða meir bundin í mótgangi við Þórð ef hann kæmi
til Íslands. Þá lét hann sem hann keypti Grundarland sumt að
Halldóru og Tuma og gaf þeim við eignir í Skagafirði. Bjuggu
þau mæðgin þá að Þverá. Þótti Kolbeini sem Tumi mundi þar
minna áleiðis koma til mótgangs er óvinir hans sátu umhverfis.

En Styrmi og Sigríði Sighvatsdóttur rak hann norður til
Eyjafjarðar er þau bjuggu áður í Bjarnarstaðahlíð, þóttu þau þar
sitja fyrir njósnum, en kvað Sigríði það sagt hafa að sæmilegt
væri að hún settist í rúm föður síns.

Sigríður kvað Kolbein mega reka sig á braut af staðfestu sinni
en aldrei þykist eg að heldur eiga Grundarland þótt eg setjist
þar niður.

En þetta varð sem annað svo að vera sem Kolbeinn vildi.

Þá er Þórður kom á Grund kom til hans Árni ábóti og
Guðmundur Gilsson og báðu þeir hann verða á brottu sem
fyrst, sögðu þann tíma er Kolbeinn yrði var við útkomu hans að
hann mundi þegar gera menn til hans. Tóku það flestir upp fyrir
Þórði að Hálfdan mágur hans væri líkastur til að veita honum
nokkvern styrk fyrir kosta sakir og ættar en kváðu Steinvöru
systur hans höfuðskörung og líklega til framhvata margs við
Hálfdan bónda sinn.

Tók Þórður þá það ráð að ríða suður um land. Var þá eigi
meira föruneyti Þórðar að sinni úr Eyjafirði en tveir menn,
Snorri Þórálfsson er út kom með honum og annar maður er
Hámundur hét og var Þorsteinsson. Hann var kallaður auga.
Hann var leiðtogi þeirra. Riðu þá norður yfir Vöðlaheiði og svo
upp hina nyrðri leið á Sand.

En er Kolbeinn ungi spurði útkomu Þórðar þá sendi hann
þegar norður til Eyjafjarðar þrjá tigu manna. Voru þar fyrir
heimamenn hans. Og er þeir komu til Gása könnuðu þeir búðir
allar með brugðnum vopnum og fundu Þórð eigi sem von var að.
Eftir það undu þeir illa við sína ferð og tóku síðan Leif austmann

und. At that time, Styrmir Þórisson and Sigríður Sighvatsdóttir lived at Grund on his patrimony. The couple had two children: a son named Teitur and a daughter called Halla. Teitur was not at home then, because he had gone out to Grímsey.

After the deaths of Sighvatur and Sturla, Kolbeinn had held a debt court and declared the former to have been insolvent. He entangled all of the prominent householders in Eyjafjörður in this matter by having them reclaim property they had previously owned, buy property whether they wanted it or not, and receive property for free as gifts. The purpose of this was to further bind the whole population in enmity against Þórður if he returned to Iceland. Then Kolbeinn made representations that he had bought part of Grundarland from Halldóra and Tumi, and gave them property in Skagafjörður. Following this, mother and son lived at Þverá. The reason for doing this was that Kolbeinn thought Tumi would find it more difficult to bring opposition against him if he was surrounded by enemies himself.

Kolbeinn then drove Styrmir and Sigríður Sighvatsdóttir north to Eyjafjörður, when before they had lived at Bjarnarstaðahlíð. Kolbeinn did this because he feared that they would have been spies if they remained there. He also put about a rumour claiming that Sigríður had said that it would be seemly for her to assume her father's seat.

Sigrírður said that Kolbeinn may have driven her away from her farm but that 'I would never consider that I own Grundarland, though I settle down there'.

Nevertheless, as with all other matters, this one went as Kolbeinn wanted.

When Þórður came to Grund, Abbott Árni and Guðmundur Gilsson rushed over and asked him immediately to make himself scarce. They told Þórður that as soon as Kolbeinn became aware of his return to Iceland he would immediately send men after him. Many then mentioned to Þórður the fact that his brother-in-law Hálfdan would be likeliest to provide him with some armed support on account of their kinship and his means; additionally, they noted that Þórður's sister Steinvör was formidable and likely to goad her husband Hálfdan a lot.

er síðan var kallaður Knarrar-Leifur og létu sem þeir mundu fóthöggva hann, Leifur hafði verið vin Þórðar og félagi, en tóku vopn öll er kaupmenn áttu. Kaupmenn allir áttu hlut að, sögðu Leif saklausan og fyrir það létu þeir Leif lausan en rændu tvo íslenska menn, Styrkár Einarsson og Þorbjörn skakk, til þriggja tiga hundraða. Eftir það fóru þeir vestur og sögðu Kolbeini að Þórður var riðinn á Sand.

Kolbeinn sendi þegar menn Hjalta biskupssyni, bað hann veita sér og setja þær gíslar fyrir sem honum þætti vænst að duga mundi. Hjalti var heima og jók heldur fjölmennið.

Þórður reið leið sína þar til er hann kom til Keldna. Hálfdan og Steinvör tóku við honum vel.

En er Þórður hafði fáar nætur verið að Keldum þá heimti hann á tal Hálfdan mág sinn og Steinvöru systur sína og sagði að þeim mundi kunnigur skaði sá hinn mikli er hann hafði beðið í láti föður síns og svo og bræðra og svo teknar allar eignir vorar en látið mér hvergi óhætt. Nú er eg til þess hingað kominn mágur á ykkarn fund að krefja þig nokkurrar liðveislu og vita ef guð gefur þann tíma að vér mættum með nokkuru móti fá sæmdir vorar. Þykir mér engi maður jafn líklegur til liðveislu við mig sem þú, fyrst sakir vensla og þess að þú ert kostameiri fyrir fjár sakir og annars afla en hver annarra minna venslamanna. Vænti eg og hér best að sem þið eruð.

Steinvör svaraði vel máli hans og kvað einsætt vera Hálfdani að drýgja dáð og veita Þórði allt slíkt er hann mætti, kvað hann hafa verið engan styrjaldarmann hér til: Hefi eg hann og sjaldan eggjað að ganga í stórmæli en nú mun eg það bert gera að lítið mun verða okkart samþykki ef þú veitir eigi Þórði bróður mínum. Mun þá svo fara sem minnur er að sköpuðu að eg mun taka vopnin og vita ef nokkurir menn vilji fylgja mér en eg mun fá þér af hendi búrluklana.

Var Steinvör þá málóð um hríð en Hálfdan þagði og hlýddi til.

En er Steinvör þagnaði þá mælti Hálfdan: Svo líst mér sem menn muni hér fleira við þurfa en ákafa einn saman ef þetta mál skal nokkvern stað eiga er Þórður byrjar. En mér er kunnast hvað manna eg er sjálfur. Eru mér lítt hendar stórdeildir og er

Þórður took the advice to ride southwards. He had no more than two companions at this time: Snorri Þórálfsson, who had returned to Iceland with him, and another man named Hámundur Þorsteinsson. Hámundur's nickname was auga. He was their guide. They proceeded over Vöðlaheiði and so onto the northerly path to Sandur.

As soon as Kolbeinn ungi learned of Þórður's return to Iceland, he sent thirty men north to Eyjafjörður. His home-men were already there. At Gásir they searched all the booths with drawn weapons, but did not find Þórður, as was to be expected. The men were unhappy with this being the result of their journey, so they arrested a Norwegian named Leiv, who was later called Knarrar-Leiv, and planned to cut off his feet, because Leiv had been a friend and companion of Þórður. Kolbeinn's men also seized all of the weapons the traders had. The merchants protested to Leiv's treatment, saying that he was innocent. The end of the matter was that they let Leiv go, but robbed two Icelanders, Styrkár Einarsson and Þorbjörn skakk, of the equivalent of 3,600 ells of wadmal. Afterwards, Kolbeinn's men went west and informed him that Þórður had ridden to Sandur.

Kolbeinn immediately sent messengers to Hjalti biskupsson and asked him to be on his guard and to post as many sentries as he saw fit. Hjalti was at home and increased his host somewhat.

Þórður continued riding until he came to Keldur. Hálfdan and Steinvör greeted him well.

After Þórður had stayed at Keldur for a few nights, he requested a conference with his brother-in-law Hálfdan and sister Steinvör. Þórður said that they well knew how much anguish he had suffered from the deaths of his father and brothers, 'furthermore, all of our property has also been taken and I have no safe haven for myself. I have come here to meet with you, brother-in-law, to ask you for some assistance so that we can attempt to regain some of our honour, if God wills it. I do not think there is anyone who is more likely to help me than you, first on account of our kinship and second because you are the most well-off in terms of wealth and other strength of all my kinsmen. Conse-

eg heldur hniginn fyrir aldurs sakir en verið þó ávallt ósamur að eiga hlut í stórmælum. En mér sýnist sem þeir er í þetta mál ganga sem nálega hafi allt landsfólk í móti sér. Vil eg og vita hvern afla Þórður fær annars staðar þar sem frændur hans og vinir eru. Mun eg ef Þórður kemur hér með nokkvern styrk liðs ganga í mál með honum lengur. Steinvör eggjar þessa svo mjög.

Gerðu þau það ráð öll saman að Þórður skyldi fara í Vestfjörðu og leita eftir hverjir menn honum vildu veita. Sagði Hálfdan þar marga þá menn er harma sína áttu að rétta við Kolbein og Sunnlendinga, kvað þá enn mundu gjarnari ófriðar en sig eða sína menn.

quently, I expect to receive the greatest amount of support from you two.'

Steinvör responded favorably to his speech and said that Hálfdan would obviously assist Þórður in such ways as he could. She also noted that, hitherto, Hálfdan had never been a warrior, and 'I have not urged him to involve himself in high-profile cases. However, our relationship will suffer if you do not assist my brother Þórður and the natural order of things shall be violated: I will take up weapons and seek a following of men, leaving you with the kitchen keys.'

Steinvör continued speaking for a while and Hálfdan listened in silence.

When Steinvör had finished, Hálfdan spoke: 'I think that a lot will need to be done if this mission that Þórður has begun is to prove a success. I know best myself what sort of man I am: I am no warrior and have been pacifistic for many years. I have always been reluctant to become embroiled in high-profile cases, and it seems to me that those who join Þórður's cause will be going against almost the entire country. Before I get involved, I want to know what support Þórður can muster elsewhere, in those places where his kinsmen and friends are to be found. If Þórður can return here with some substantial force, I will join his cause, because Steinvör has strongly advocated for this.'

Thus, the three agreed that Þórður should go to the Vestfirðir to recruit those willing to support him. Hálfdan remarked that there were many men there who had wrongs to redress with Kolbeinn and the Árnesingar, and, moreover, that they would be more keen to go to war than either he or his men.

Þriðji kafli

Tumi Sighvatsson átti þá bú í Arnarbæli. Kom hann þegar til Keldna er hann frétti að Þórður var þar kominn og varð þar fagnafundur mikill með þeim bræðrum. Réðst Tumi til vestur-reiðar með Þórði og nokkurir menn með honum. Nikulás hét maður og var Oddsson. Oddur faðir hans var ættaður úr Austfjörðum. Móðir Nikuláss var Herdís dóttir Barkar af Baugstöðum. Hann var fylgdarmaður Hálfdanar. Hann var mikill maður og sterkur og vel viti borinn. Hann fengu þau Steinvör og Hálfdan til fylgdar við Þórð. Börkur hét maður og var Guðmundarson. Hann réðst enn til ferðar með Þórði.

Urðu þeir Þórður og Tumi bræður saman nær tuttugu menn þá er þeir riðu frá Keldum. Riðu þeir þá vestur yfir Þjórsá, fóru svo um héraðið að Hjalti biskupsson varð ekki var við. Riðu þá vestur til Borgarfjarðar og svo til Dala.

Svertingur hét maður og var Þorleifsson. Hann bjó þá í Hvammi. Fór Tumi þangað og var þar meðan Þórður fór vestur í fjörðu. En er Óræka var utan rekinn þá dreifðist víða sú sveit er honum hafði fylgt. En er þeir spurðu að Þórður var kominn í Dala þá þótti þeim hann líkastur til nokkurrar uppreistar í móti hans óvinum. Drifu þeir þá flestir allir til hans. Tók hann við þeim flestum vel. Voru þeir fremstir í þeirri sveit frændur hans Dufgussynir: Björn kægill og Kolbeinn grön, Þorgeir Hróð-bjartsson er kallaður var stafsendi, bræðrungur Dufgussona,

Chapter Three

At that time, Tumi Sighvatsson lived at Arnarbæli. Tumi came to Keldur as soon as he learned that Þórður had returned to Iceland. A most joyous reunion took place between the brothers. Tumi and a few men with him resolved to ride west with Þórður.

There was a man named Nikulás Oddsson. His father Oddur was from a family in the Austfirðir. Nikulás' mother was Herdís, the daughter of Börkur of Baugsstaðir. Nikulás was a follower of Hálfdan's. He was a large, strong, and intelligent man. Steinvör and Hálfdan asked him to accompany Þórður. There was a man named Börkur Guðmundarson. He decided to journey with Þórður also.

The brothers Þórður and Tumi rode from Keldur in a party comprising nearly twenty men. They proceeded westwards over Þjórsá, and travelled through Árnesþing in such a way that Hjalti biskupsson did not become aware of their presence. Afterwards, they continued further westwards to Borgarfjörður and so on to Dalir.

There was a man named Svertingur Þorleifsson. At that time, he lived at Hvammur. Tumi went to Hvammur and remained there while Þórður went westwards to the fjord. After Órækja had been driven abroad, his followers had scattered. However, as soon as these men heard that Þórður had come to Dalir they all flocked to his side, because they considered that it would

Guðmundur Jónsson er kallaður var sorti, son Þórdísar Sveins-
dóttur Sturlusonar, Ásgrímur baulufótur og enn fleiri aðrir þó
að vér nefnum eigi alla.

Reið þá Þórður vestur til Saurbæjar. Sturla Þórðarson bjó þá
á Staðarhóli. Fékk Þórður þar góðar viðtökur.

Og er hann hafði þar verið eina nótt gengu þeir Þórður og
Sturla á tal. Kvað Þórður sér það sagt að hann væri mestur
maður og vitrastur í þeim sveitum af hans frændum: Hefi eg það
og spurt að þér hafi þær hrakningar nær borið er vér fengum
á Örlygsstöðum. Hefir þú og jafnan síðan verið liðsinnaður
mínum frændum, þeim er síns réttar áttu að reka. Vænti eg enn
að svo munir þú til mín gera. Var mér það sagt að ekki yndir þú
betur við skilnað yðvarn Órækju en þér mundi það þá í hug að
veita þeim ef nokkur vildi þess réttar reka.

Sturla kveðst óhóglega við kominn: Munuð þér spurt hafa að
eg hefi eið svarið Kolbeini unga og þar í bundnir þeim eiðum
allir hinir bestu menn í minni sveit.

Þórður kallaði eiða þá ekki verið hafa annað en nauðung
eina.

Sturla kvaðst vilja verða honum að liði eftir því sem hann
mætti sér við koma en kvaðst búinn mundu til slíkrar liðveislu
sem hann vildi í ganga þá er Þórður kæmi vestan.

Þórður fór þaðan vestur yfir Breiðafjörð til Barðastrandar.

Þá bjó í Haga Eyvindur prestur Ragnheiðarson sem fyrr var
getið. Hann átti Þórunni Gellisdóttur. Hennar móðir var Vigdís
Sturludóttir.

Gísli Markússon bjó á Rauðasandi. Hann átti Þórdísi Gellis-
dóttur, systur Þórunnar, og var hann svo mægður við Þórð.
Hann var mestur bóndi fyrir vestan Arnarfjörð og var þá mjög
kominn á hinn efra aldur. Hafði hann og alla ævi verið í ferðum,
fyrst með Sighvati, en þá með Sturlu er hann kom í Dali. Hafði
og engi maður verið einfaldari í öllum málaferlum við Sturlunga
en hann. Átti hann þar og allt sitt traust er þeir voru en þurfti
jafnan til að taka því að hann var hinn mesti ójafnaðarmaður.
Synir Gísla hinir skilgetnu voru lítt á legg komnir en laungetna
sonu átti hann marga og þá fullkomna að aldri.

not be long before he rose up against their mutual enemies. Þórður received the gathering very well. Foremost in this group were his kinsmen Björn kægill and Kolbeinn grön (the sons of Dufgus), Þorgeir Hróðbjartsson who was called stafsendi (a cousin of Dufgus' sons), Guðmundur Jónsson who was called sorti (the son of Þórdís, the daughter of Sveinn Sturluson), Ásgrímur baulufótur, and still more others, though we shall not name them all.

Þórður continued westwards to Saurbær. At that time, Sturla Þórðarson lived at Staðarhóll, and Þórður got a good reception from him there.

After Þórður had been there for one night, he had a conversation with Sturla. Þórður noted that Sturla was the greatest and wisest man of his kinsmen in these districts, 'and I have discovered that you suffered nearly as many hardships as we have as a result of Örlygsstaðir. You have always been a supporter of those of my kinsmen who tried to attain vengeance, so I expect that you will furnish me with the same assistance. I was also informed that at your parting with Órækja matters did not go in your favour and that you would be willing to support those who sought to do something to seek redress'.

Sturla responded by telling Þórður that he was in a tricky position, because 'as you will have discovered', he said, 'I have sworn an oath

[Here there is a lacuna in Króksfjarðarbók and the copies of Reykjarfjarðarbók are followed]

to Kolbeinn ungi, and all the most prominent men in my region are also entangled in it with me'.

Þórður said that the oath had been made under duress.

Sturla said that he wanted to be as helpful as he could, and that he would be prepared with as much support as he could muster when Þórður came west.

Þórður went still further westwards from there over Breiðafjörður to Barðaströnd.

En er Þórður kom í Haga sendi hann menn eftir Gísla og stefndi að sér öllum bændum er nokkur málaskil kunnu. Þórður bar þá upp erindi sín, fyrst við Gísla og þá við alþýðu, beiddi Gísla ferðar suður um land til móts við Hálfdan og þar með alla aðra er hans flokk vildu fylla. Taldi hann þá upp vandræði sín sem ærin voru til, sagði það saman bera, skaða sinn og alþýðunnar í þessum sveitum, kveður og vel sama að hann væri fyrirmaður í málunum en þeir veittu honum eftirgönguna.

Mun þá vera annað hvort af bragði, sagði hann, að vér munum rétta vorn hlut eða falla ella á fætur frændum vorum, og er þar góður hvor upp kemur.

Gísli kvaðst eldur vera mjög frá ófriði og væri sér mál af að láta en kvað þó ærna nauðsyn á vera að allir drýgðu dáð og veittu honum: Hefi eg og þá eiða unnið Kolbeini að mér sómir allvel fyrir þá sök að vera honum mótgangsmaður. Mun eg fá til ferðar með þér, Þórður, fjóra syni mína og hvetja alþýðu þá er eg má orðum við koma og ætla eg það skulu mikið stoða.

Þórður tók því vel að einu og kvaðst aldregi ætlað hafa að hann mundi sjálfan sig undan draga.

Þórður fór þá norður til Eyrar í Arnarfirði.

Þá bjó á Eyri í Arnarfirði Steinunn dóttir Hrafns Sveinbjarnarsonar Bárðarsonar hins svarta. Móðir hennar var Hallkatla Einarsdóttir, Grímssonar, Ingjaldssonar, Grímssonar glammaðar, Þorgilssonar errubeinsstjúps. Steinunn átti sex börn, dætur tvær og sonu fjóra. Hrafn hét son hennar hinn elsti, annar Guðlaugur, þriðji Ólafur, fjórði Oddur. Herdís hét dóttir hennar hin eldri. Hún var gift þeim manni er vér nefndum fyrr, Svarthöfða Dufgussyni frænda Þórðar. Svarthöfði var þá vistum á Eyri með Steinunni. Önnur dóttir Steinunnar hét Halla.

At Hagi there lived the priest, Eyvindur Ragnheiðarson, as has already been mentioned. He was married to Þórunn Gellis-dóttir, whose mother was Vigdís Sturludóttir.

Gísli Markússon lived at Rauðasandur. His wife was Þórunn's sister Þórdís Gellisdóttir and he was therefore related to Þórður. Gísli was the most powerful householder west of Arnarfjörður, but was getting on in years at that time. He had spent his entire life on campaigns, first with Sighvatur and then with Sturla when he came to Dalir. No-one had been a more fervent supporter of the Sturlungar during all their conflicts than he had, but he had also had their full support and often needed their help when he became involved in litigation and conflict (this was a regular occurrence as he was an exceedingly violent man). Gísli's legitimate sons were still children, but he also had many illegitimate ones who were adults by that time.

When Þórður came to Hagi, he sent for Gísli and summoned all of the householders who knew anything about disputes. Þórður then brought up his mission, first with Gísli, and then with all of the people. Þórður asked Gísli to travel southwards with him to meet Hálfdan, along with all others who would join his force. He then talked of his troubles, which were many, saying that he and all who lived in these parts had suffered the same, and also stated that he would be well suited to lead their cause, with them as his supporters.

'Then one of two things will happen,' he said, 'either we will right our situation, or otherwise fall at the feet of our kinsmen, and whichever comes about seems good to me.'

Gísli replied by saying that he was now far too elderly to engage in conflict, but commented that it was nevertheless necessary for all to join together and assist Þórður: 'I made my oath to Kolbeinn in such a way that I am still able to be his enemy. I will send four of my sons with you as supporters, Þórður, and I shall persuade as many people as I can to join you. I consider that these measures shall be of great assistance to you.'

Þórður did not take this particularly well, and said that he had never thought that Gísli would be so close-fisted with his aid.

Fig. 3. Gásir — a medieval marketplace. Photo by the author.

Þórður then went north to Hrafnseyri in Arnafjörður.

At that time, Steinunn (the daughter of Hrafn, the son of Sveinbjörn, the son of Bárður svarti) lived at Hrafnseyri. Her mother was Hallkatla (the daughter of Einar, the son of Grímur, the son of Ingjaldur, the son of Grímur glammaður, the son of Þorgils errubeinsstjúpr). Steinunn had six children: two daughters and four sons. Hrafn was the name of her oldest son, the second was Guðlaugur, the third Ólafur, and the fourth Oddur. Herdís was the name of her oldest daughter: she was married to a man who we mentioned earlier, Svarthöfði Dufgusson (Þórður's kinsman). Svarthöfði was then living at Hrafnseyri with Steinunn. Steinunn's other daughter was called Halla.

Fjórði kafli

Það var tíðinda er Þórður kom á Eyri að Hrafn og Svarthöfði voru eigi heima. Þeir voru þá farnir norður í Dýrafjörð í Hjarðardal til brullaups. Þá var hið næsta kvöld fyrir Mikjálsmessu. Þegar um nóttina sendi Þórður mann norður í Hjarðardal að þeir Hrafn og Svarthöfði skyldu koma til móts við hann á Söndum. Bárður Þorkelsson bjó þá á Söndum er kallaður var Sanda-Bárður. Hann átti Sesselju dóttur Guðmundar Sigríðarsonar. En þá er þeim kom orðsending Þórðar þá fóru þeir til móts við hann á Sanda.

Þórður heimti þá á tal, Hrafn og Svarthöfða og Bárð, og segir slíkt sem í var hans ráðagerð, kveðst þar fyrst best að vænta er Svarthöfði var, frændi hans.

Svarthöfði sagði sér það þá í hug er Sturla bróðir þinn var drepinn frá oss en allir vér hraktir og skemmdir að vér mundum fegnir verða ef nokkur vildi þess réttar reka. Skaltu og eigi bænastað til þurfa, slíkt er vér megum veita þér.

Bárður segir að hann mundi það ráð upp taka og þeir Eyrarmenn: Hefir mér lengi það vel gefist. Bárður var landseti Hrafns.

Þórður spyr: Hver er sá hinn ungi maður? Hví leggur þú ekki til?

Hann kvaðst Hrafn heita og vera Oddsson.

Þórður kvaðst heyrt hafa hans getið eða viltu nokkuð vera í ferðum með oss?

Chapter Four

When Þórður came to Hrafnseyri, he discovered that Hrafn and Svarthöfði were not home: they had gone north to Dýrafjörður to attend a wedding at Hjarðardalur. It was the evening before Michaelmas. Þórður immediately sent a man to Hjarðardalur with a message summoning Hrafn and Svarthöfði to meet with him at Sandar. Bárður Þorkelsson, who was known as Sanda-Bárður, lived at Sandar at that time. He was married to Sesselja the daughter of Guðmundur Sigríðason. When Hrafn and Svarthöfði received Þórður's message, they went to meet him at Sandar.

Þórður took Hrafn and Svarthofði aside for a conversation and proceeded to tell them of his mission. He stated that he was first and foremost expecting a favourable response from his cousin Svarthöfði.

Svarthöfði replied 'I thought that when Sturla, your brother, was taken from us, and we were all mistreated and shamed, that we would be glad if someone wanted to avenge this; moreover, you need not request our help, for we shall provide whatever assistance you require.'

Bárður said that he would make the same decision as the inhabitants of Hrafnseyri, because 'that has often ended well for me'. Bárður was Hrafn's tenant.

Hrafn sagðist vera ungur og lítt til ferða fallinn. Hefi eg, sagði hann, ekki í ferðum verið með höfðingjum hér til. Kvaðst hann og eigi vita hvort hann mundi harðnaður vera nokkuð þar hann var lítt kominn af barnsaldri. Hrafn var þá sextán vetra er Þórður kom í Vestfjörðu.

Þórður segir Hrafni ærna nauðsyn til bera að vera mótgangsmaður Kolbeins fyrir sakir dráps móðurbræðra sinna: Létust þar og engir menn jafngöfugir, fyrir utan þá Sighvat föður minn og sonu hans, sem þeir Sveinbjörn og Krákur.

Hrafn kvað og eigi bæði vera skyldu, að mega lítið veita þér, enda láta þig illa að komast, því er eg má.

Þórður þakkaði honum vel og kvaðst ætla sér mundi það mikið mega fyrir sakir frænda styrks þess er Hrafn átti.

Þessir voru þá hinir stærri bændur norður í fjörðum er Þórður kom þangað: Jón Þorkelsson bjó á Álftamýri. Hann átti Guðrúnu dóttur Tómasar úr Selárdal. Halla var móðir hennar, dóttir Þórðar Sturlusonar. Guttormur son Helga Sveinssonar bjó í Lokinhömrum. Þuríður hét móðir hans, dóttir Hrafns Sveinbjarnarsonar. Guttormur hafði látið föður sinn á Örlygsstöðum og tvo móðurbræður. Bjarni Brandsson bjó þá á Mýrum, góður bóndi. Steinþór prestur Steinþórsson bjó þá í Holti í Önundarfirði. Guðmundur Sigríðarson bjó þá á Kirkjubóli í Önundarfirði.

Þessir bændur bjuggu í Ísafirði: Sigmundur Gunnarsson bjó í Súðavík. Hann átti Herdísi Hrafnsdóttur síðar en fyrr hafði hana átt Eyjólfur Kársson og áttu þau einn son er Eyjólfur hét. Einar Þorvaldsson var þá ungur og áttu þau Þórdís móðir hans bú í Vatnsfirði.

Annað sumar áður var Illugi Þorvaldsson drepinn. Eftir það óþokkuðust bændur svo mjög í Ísafirði um dráp Illuga við Órækju að þeir vildu fara að honum. Var þar höfuðsmaður Páll Bárðarson úr Ögri. Móðir hans var Valgerður Snorradóttir. Hann var systrungur Illuga. En er Órækja varð þessa var stukku þeir sumir er í þessu höfðu verið með Páli norður um land til Kolbeins og gerðust þá ástvinir hans sem fyrr er sagt.

Þórður asked: 'who is that young man? Why do you not share your views?'

He said that we was called Hrafn and was Oddur's son.

Þórður said he had heard of him and asked 'will you come on the journey with us?'

Hrafn responded that he was young and would be little help on the journey. 'I have not,' he said, 'been on journeys with leaders before'. He noted also that he did not know whether he would be tough enough as he had not long since left childhood. Hrafn was sixteen years old when Þórður came to the Vestfirðir.

Þórður noted that Hrafn had good reason to be Kolbeinn's enemy for the sake of the slaying of his uncles: 'apart from my father Sighvatur and his sons, there have not been more worthier men killed than Sveinbjörn and Krákur.'

Hrafn replied: 'I am little able to assist you, but I am not unwilling to provide what help I can'.

Þórður thanked him well and said he thought he would be of great help by virtue of the strong kinsmen Hrafn had.

The following were the most prominent householders in the northern Vestfirðir when Þórður came there. Jón Þorkelsson lived at Álftamýri. He was married to Guðrún, the daughter of Tomás from Selárdalur. Her mother was Halla, the daughter of Þórður Sturluson. Guttormur, the son of Helgi Sveinsson lived at Lokinhamrar. Þuríður was the name of his mother, she was a daughter of Hrafn Sveinbjarnarson. Guttormur had lost his father at Örlygsstaðir and two uncles. Bjarni Brandsson lived then at Mýrar, a good householder. Steinþór Steinþórsson, a priest, lived then at Holt in Önundarfjörður. Guðmundur Sigríðarson lived then at Kirkjuból in Önundarfjörður.

These householders lived in Ísafjörður: Sigmundur Gunnarsson lived in Súðavík, He was married to Herdís Hrafnsdóttir but before she had been married to Eyjólfur Kársson and they had one son who was named Eyjólfur. Einar Þorvaldsson was then young and lived with his mother at his household in Vatnsfjörður.

During the previous year's summer, Illugi Þorvaldsson was killed. Because of the killing of Illugi, the householders in

Þormóður Hjálmsson bjó í Þernuvík. Aron son Halldórs Ragnheiðarsonar bjó í Ögri. Þórður Heinreksson bjó í Reykjarfirði. Atli Hjálmsson bjó í Grunnavík.

Þórður Sighvatsson fór norður í Hjarðardal og kom þar áður menn voru í brott farnir frá brullaupinu. Voru þar allir hinir bestu menn fyrir utan fram úr Ísafirði. Talaði Þórður þá langt erindi. Hafði hann upphaf á sínu máli að hann krafði alla menn þar liðveislu og uppstöðu svo skjótrar að allir skyldu komnir í Saurbæ að allraheilagramessu.

En er Þórður hafði lokið sinni ræðu þóttust menn það finna að hann mundi vera vitugur maður þegar er hann fengi stillt sig fyrir ofsa. En nokkuð þótti mönnum hann stirt tala í fyrstu. En því djarfari og snjallari var hann í málinu er hann hafði fleira mælt og fjölmennara var við. Þeir menn svöruðu í fyrstu er í eiða höfðu bundist með Kolbeini um haustið, kölluðu sér eigi sama að fara að Kolbeini meðan hann gerði eigi afbrigði við þá, kváðu og eigi þurfa um það að leita að þeir mundu upp standa með Þórði en vera kváðust vilja vinir hans í öðrum hlutum.

Þórður kvað svo lúka mundu sínum vandræðum að hann kvaðst annaðhvort gera skyldu þeim er væru í Vestfjörðum, að vera með honum eða í móti ella, kvað sér og eigi minna ætlað mundi ef hann kæmi aftur úr þessari ferð en eg mun mega skrifta yður eftir makleikum er nú láta sér verst fara.

Bændur segja hann ærið mörgum eiga illt að launa þótt hann heitaðist eigi við þá.

Þórður kvað þá eigi þurfa að minna sig á harma sína.

Sló þá í heitan með þeim og kváðust bændur eigi blotna mundu við það. Skildust þeir við svo búið.

Fór Þórður á Sanda um kvöldið en um daginn eftir bauð Bárður honum bú sitt. Þórður tók við búinu. Þótti þetta geysistórmannlegt.

Litlu síðar sendi Þórður menn sína út í fjörðu að kveðja menn upp en hann sjálfur fór norður til Önundarfjarðar og fékk þar fátt eitt af mönnum og þaðan fór hann inn til Ísafjarðar og fékk hann þar nær enga menn. En Ísfirðingar, vinir Kolbeins, gerðu njósn honum.

Ísafjörður became most unhappy with Órækja, to the extent that they wished to attack him. The ringleader of the plot was Páll Bárðarson from Ögur. His mother was Valgerður Snorradóttir. He was Illugi's cousin. But when Órækja became aware of this, some of those who had been involved in Páll's scheme fled to Kolbeinn in the North and became then his faithful friends as was mentioned earlier.

Þormóður Hjálmsson lived at Þernuvík. Aron, a son of Halldór Ragnheiðarson lived at Ögur. Þórður Heinreksson lived in Reykjarfjörður. Atli Hjálmsson lived in Grunnavík.

Þórður Sighvatsson went north to Hjarðardalur and came there before men had travelled away from the wedding. In attendance there were all the best men from west of Ísafjörður. Þórður then spoke for a long time about his mission. He began his speech by demanding the support of everyone present and that they prepare in haste such that all congregated at Saurbær on All Saint's Day.

When Þórður had finished his speech, the first reaction of those gathered was to think that he must be an intelligent man because he was able to suppress his pride. Though some of the men thought his speech had been strained at first, his speech became bolder and more eloquent the longer he talked and the larger the crowd got. The men who had bound themselves by oath to Kolbeinn during the autumn responded first, saying that they would not attack Kolbeinn while he was not infringing their rights and that it would be against their interests to stand with Þórður, although they did mention that they wanted to be his friends in other ways.

Þórður said that it was his intention to bring an end to his difficulties, and, consequently, that the Vestfirðingar would have to be either with him or against him. He declared also that he had decided that if he returned from this quest 'I will have to punish those of you whose misdeeds now make evident your worst side.'

The householders retorted to Þórður that he already had enough vengeance to attain without threatening them also.

Þórður said they did not need to remind him of his suffering.

Þórður fór þaðan norður til Steingrímsfjarðar. Þá bjó Ásgrímur Bergþórsson á Kallaðarnesi sem vér gátum fyrr.

Fundust þeir frændur og krafði Þórður hann ferðar, kvað honum síst muni sóma annað en vera í ferð með sér, fyrst fyrir sakir frændsemi, en það annað hversu mjög Sturla bróðir minn hóf þig, sá hinn þriðji hlutur hversu þú varst við allar hrakningar á Örlygsstöðum og sást lát frænda þinna og þætti mér sem yður mundi aldrei úr hug ganga.

Ásgrímur varðist marga vega og kænlega og kom lagagrein fyrir sig því að hann var forvitri, fyrst með eiðum þeim er hann hafði svarða Kolbeini. Þá segir hann sem satt var að hann sat í nærra lagi þeim Norðlendingum þegar er hann væri í nokkurri fjandsemi við þá. Dró hann svo sitt mál um síðir að hann lést hvergi fara mundi.

Þá átti Þórður tal við aðra bændur. Drógu allir sig undan þá er þeir vissu að Ásgrímur mundi heima sitja.

Then matters became heated between them, though the householders declared they still would not yield. Thereafter, they parted.

Þórður went to Sandar during the following evening. Bárður offered him the farm and Þórður accepted and took over the household. This act was thought exceedingly generous.

A little while later, Þórður sent his men to the fjords to raise supporters. Þórður went north to Önundarfjörður himself and recruited a few men there. Thence, Þórður went into Ísafjörður but he gathered barely anyone there. The Ísfirðingar sent word of Þórður's movements to their friend Kolbeinn.

Afterwards, Þórður went towards the North to Steingrímsfjörður. At that time, Ásgrímur Bergþórsson lived at Kaldaðarnes, as we mentioned earlier.

The two kinsmen met and Þórður ordered Ásgrímur to join his forces. Þórður stated that it would be dishonourable if Ásgrímur did not accompany him on his journey, 'firstly on account of our kinship, secondly because of how much my brother Sturla helped you, and thirdly because you witnessed all of the wretched treatment we received at Örlygsstaðir and saw the deaths of your kinsmen and those whom I think you will never forget.'

Ásgrímur cleverly defended himself in many ways, and citing the law — in which he was knowledgeable —, mentioning first the oath that he had sworn to Kolbeinn. Then he said — as was true — that he lived far too near to the Northerners to make them his enemies. Ásgrímur made his case for a long time and finished by declaring that he would be going nowhere.

Þórður then held a conference with the other householders; however, they all refused to join his cause when they discovered that Ásgrímur would be remaining at home.

Fimmti kafli

Ásbjörn hét maður Guðmundarson smiðs Salómonssonar. Hann var einhleypingur og vaskur maður. Eigi var hann ættstór. Hann gekk fyrir Þórð og mælti: Hví sætir það að þú kveður enga menn aðra til ferðar þessarar en bændur? Viltu eigi aðra nýta? Eg vil bjóðast til ferðar með þér og ætla eg að vera þér miklu meiri en einhver bóndi. Fá þú mér sveit nokkura og mun eg freista að krefja þá upp bændurna. Er það maklegra að vér eigum saman. Hér er hvoruga til að spara.

Þórður tók því vel og kvað svo vera skyldu. En um morguninn eftir fékk Þórður Ásbirni níu menn og kallaði þá alla saman gesti.

Fór þá Ásbjörn út eftir Steingrímsfirði. Var það flest bónda að burtu voru af bæjum sínum og höfðu fólgist. Höfðu þeir heyrt kvitt af þessari ráðagerð um kvöldið. En þeir urðu allir að fara er heima voru staddir.

Fór Ásbjörn þar til er hann kom í Húsavík. Högni hét bóndi er þar bjó. Var hann í brottu. Ásbjörn tók konu hans og hafði með sér, ætlaði þá að bændur mundu eftir ríða og mundi þá ná fundi þeirra. En heimamenn gerðu Högna njósn að kona hans væri í brott tekin. Högni fór eftir þeim Ásbirni við fjórtánda mann. Þeir fundust við heygarð nokkurn. Beiddi Högni þá að Ásbjörn vildi láta lausa konu hans. En Ásbjörn bað þá fara með sér en húsfreyja færi heim. Bændur vildu það eigi, sögðu hann

Chapter Five

There was a man named Ásbjörn, the son of Guðmundur smiður Salómonsson. Ásbjörn was a vagrant and a manly man, though he was not of a great family.

Ásbjörn came before Þórður and asked 'why have you made it known that you only intend to solicit the support of householders for your mission? Will you not have others join you? I will offer you my services, and I intend to be of much more use to you than some householder. Provide me with a company of men, and I will then attempt to recruit householders. I feel it would be fitting for us to stick together.'

Þórður liked the idea and responded that he would make it happen. The following morning, Þórður found Ásbjörn nine men and dubbed the group 'the Guests'.

After this, Ásbjörn headed out along Steingrímsfjörður. Most of the householders were not home and had gone into hiding. They had received some news of Þórður and Ásbjörn's plan during the evening, so all those who were then at home left.

Ásbjörn continued on his way until he came to Húsavík. At that place there lived a householder named Högni. He was not at home. Ásbjörn abducted Högni's wife and kept her with him, thinking that this would bait the householders into riding after, and eventually meeting, them. Högni's lodgers made him aware that his wife had been abducted, and he chased after Ásbjörn

annars maklegan fyrir slíkar tiltekjur. Fór þá í heitan með þeim. Eggjaði Ásbjörn að bændur skyldu að þeim ganga en ekki varð af því. Þá skaut Ásbjörn spjóti og kvað þeim leiða skyldi að þeir færu að mönnum Þórðar í annað sinn. Kom spjótið á Högna upp í hrærana og renndi ofan í lærið. Var það sár mikið og banvænt. Sá var hinn fyrsti áverki er menn Þórðar veittu. Gengu þá bændur upp nokkurir en sumir fluttu Högna heim.

Þórður reið úr Steingrímsfirði suður til Saurbæjar. Mættust þeir þá flokkarnir og þeir hið vestra fóru. Var það um kvöldið fyrir allraheilagramessu. Fundust þeir þar Þórður og Sturla.

Spurði Þórður þá hvort Sturla væri búinn til ferðar með honum.

En Sturla kvaðst eigi nenna að svo búnu að brjóta eiða sína og svo margra manna sem í voru með honum en skammt mun líða áður Norðlendingar brjóta við mig og skal mín þá eigi á bak að leita. En ríða mun eg með þér suður til Borgarfjarðar ef þú vilt.

Þórði fannst fátt um og kvaðst eigi vita hverju hann skipti það.

Reið Þórður suður yfir heiði til Hvammsfjarðar og Sturla með honum. Kom þá Tumi bróðir hans til móts við hann. Teitur Styrmisson systurson Þórðar var þá norðan kominn við sjöunda mann. Reið Þórður þá með allan flokkinn suður til Dala. Heimti hann þá saman alla hina bestu menn og leitaði ráðs við þá hvert á skyldi snúa.

Var þá rannsakað hversu margt liðið var. Var þá nær tvö hundruð manna. Þótti þá eigi liðskostur til vera að ríða norður á. Lögðu það flestir til að Þórður skyldi suður á snúa. Þótti þar minni vörn fyrir landi en ærnar sakir. Liðið var og lítt vopnað. Lögðu það margir til ráðs að þangað skyldi á leita er nokkur vopnaafli væri fyrir.

Þórður spurði hvar það væri.

Honum var sagt að Loftur biskupsson ætti skjöldu marga og drjúgum önnur vopn.

Þórður segir hann maklegstan til vera að fá nokkura skömm af honum: Hann hefir lengi verið andstreymur oss frændum. Var hann og mest manna í ráðagerðinni í móti þeim feðgum.

and the Guests with thirteen other men. The two groups met by some hay-yard. Högni then ordered Ásbjörn to release his wife, but Ásbjörn counteroffered, stating that if Högni and the householders came with them, he would let the housewife return home. The householders did not want to do this and said that Ásbjörn deserved something else for such a deed. Matters soon became heated between the two parties. Ásbjörn urged the householders to attack them but nothing came of it. Then Ásbjörn thrust a spear, commenting that the householders would think twice before threatening Þórður's men a second time. The spear entered Högni's groin and rent down his thigh. It was a great and deadly wound. This was the first atrocity which Þórður's men carried out. Afterwards, some of the householders joined the Guests for the journey, but the others took Högni home.

Þórður rode from Steingrímsfjörður south to Saurbær and was joined by the companies which had come from the West. This took place the evening before All Saints' Day. Þórður and Sturla also met there.

Þórður asked Sturla whether he would now be coming with him.

Sturla replied that he was not prepared to break his oath and those of the many others whose fates were entangled with his 'but it will not be long before the Northerners break with me and when that happens, I will not hold back. However, I will ride with you south to Borgarfjörður if you want.'

Þórður thought little of that offer and said he did not know how that would help him.

Þórður, accompanied by Sturla, rode south over the heath to Hvammsfjörður. Here, his brother Tumi reconvened with him. Teitur Styrmisson, Þórður's nephew then arrived from the North with six other men. Þórður now rode with his whole force south to Dalir, where he gathered together all of the best men to seek their advice as to what their objective should be.

The size of the army was then assessed: they were nearly two hundred men altogether. None thought that the force was numerous enough to ride northwards. Consequently, most pro-

Þessa eggjuðu allir. Og var það ráðs tekið að ríða suður til Hítardals.

posed that Þórður head for the South, for it was felt that there would be less resistance from the inhabitants of those parts and also just cause for Þórður to attack them. The troops were also lightly armed. Many now suggested that they search yonder for some armaments with which they would be able to increase their strength.

Þórður asked how they might accomplish this.

He was then informed that Loftur biskupsson owned many shields and a substantial cache of other weapons.

Þórður noted that Loftur was truly deserved to suffer some sort of inconvenience from him, because 'he has long been an adversary of my kinsmen, and he was the ringleader in the plot against Snorri and Órækja.'

All supported this plan and the decision was taken to ride south to Hítardalur.

Sjötti kafli

Loftur biskupsson bjó í Hítardal að Húsafelli.

En er Þórður kom upp á heiðina úr Svínbjúgsdal þá kallaði hann til sín Teit Styrmisson og bað hann að ríða fyrir í Hítardal og handtaka Loft biskupsson en gera honum ekki og láta eigi menn komast í brott af bænum.

Teitur reið fyrir með fimmtán menn. Tóku þeir bæinn.

En Loftur var eigi heima. Hann hafði riðið í brott áður um daginn ofan undir Hraun. Þá bjó undir Hrauni Skúli Þorsteinsson. En Lofti kom njósn um kvöldið og reið hann ofan til sjóvar og fékk sér þar skip og fór hann þá suður yfir fjörð til Garða. Þar bjó þá Þorleifur Þórðarson. Var Loftur með honum um hríð.

Þórður var í Hítardal um nóttina. En um morguninn eftir lætur Þórður reka saman hross öll og svo lét hann taka vopn öll þau sem fundust. Voru skildir bornir út úr kirkju.

Þaðan fór Þórður suður til Reykjardal hins syðra. Þar kom til móts við hann Þórður Bjarnarson. Hann bjó þá í Eskiholti og átti Margrétu dóttur Þórdísar Sveinbjarnardóttur.

Þeir Þórður og Sturla fundust um daginn er Þórður fór úr Hítardal og áttu þá tal saman og hvarf Sturla vestur aftur. Var þá ekki til tíðinda.

Reið þá Þórður suður um heiði Skarðaleið til Laugardals þar til er hann kom í Tungu til bús Gissurar. Þar var þá fyrir Þóra Guðmundardóttir móðir hans. Var þar allt í kirkju borið svo

Chapter Six

At that time, Loftur biskupsson lived at Húsafell in Hítardalur.

When Þórður came up onto the heath from Svínbjúgsdalur, he called Teitur Styrmisson over and ordered him to ride ahead to Hítardalur and arrest Loftur biskupsson, but do nothing to him and allow no-one to escape from the estate.

Teitur rode forward with fifteen men and seized the farmstead.

However, Loftur was not home: he had ridden down under Hraun earlier in the day. At that time, Skúli Þorsteinsson lived under Hraun. Loftur received the news in the evening and he headed down to the sea, acquiring himself a vessel there and sailing south over the fjord to Garðar. At that time, Þorleifur Þórðarson lived there. Loftur remained with him for a while.

Þórður stayed at Hítardalur overnight. The morning after, Þórður had all the horses gathered together, and also every weapon which had been found. Furthermore, the shields were borne out from the church.

Thence, Þórður continued southwards to the southerly Reykjardalur. Þórður Bjarnarson came to meet him there. He lived then at Eskiholt and was married to Margrét, the daughter of Þórdís Sveinbjarnardóttir.

þar var engi hlutur inni til matar mönnum nema flautaker eitt. Vildu menn þá drepa fé en Þórður bannaði það, kvað ekki dveljast skyldu að því, kvað hermenn verða þann mat að hafa sem til væri. Fékk hann þá njósn af að Hjalti hafði flokka saman dregið niðri í Flóa. Bað Þórður þá hvern mann söðla hesta sína og svo var gert. Sneru menn þá í burt. Og þá bað Þórður að þeir skyldu fyrir ríða er kunnugt var ofan í Flóann.

Tumi bróðir hans kvað það fjarri skyldu fara og ríði allir austur yfir ár, þeir er mér vilja fylgja.

Gekk þá liðið í tvo staði. Áttu menn þá hlut að við Þórð að heldur skyldi ríða austur yfir árnar, kváðu þangað liðveislu von.

Þórður lét eftir bænum manna og reið austur til Keldna um nóttina, átti þá tal við Hálfdan mág sinn og beiddi hann liðveislu. En Hálfdan var hinn seinlegasti, kallaði þá engan afla verða þó að hann stæði upp. Þórður bað hann fá sér menn til liðsemdar þótt hann sæti heima. Hálfdan kvaðst vilja finna bræður sína áður. Steinvöru konu hans líkaði þá stórilla og við þetta reið Þórður á brott.

Þórður and Sturla came together the day that Þórður left Hítardalur and had a conversation before Sturla turned back west. However, nothing came of their talk.

Þórður rode on Skarðaleið south over the heath to Laugardalur. Eventually, he came Gissur's estate at Tunga. There, they were met by Þóra Guðmundardóttir, Gissur's mother. Everything in the household had been taken into the church, such that there was nothing with which to feed the men except for some whipped milk. The men wanted to kill livestock, but Þórður would not allow that, saying they should not dawdle doing this and that warriors must have each whatever food was at hand. Þórður then heard from one of his spies that Hjalti had drawn together forces from beneath Flói. Þórður then asked each man to saddle his horse, and this was done. Now the army departed. Þórður requested that those who knew how to get to Flói should ride at the front.

Tumi, his brother, said that they should by no means do that, 'and all those who want to follow me will ride east over the river.'

The army was now caught on the horns of a dilemma. Then those men who were of that opinion told Þórður that they thought they should ride east over the river, saying that from there support could be expected.

Þórður gave into the entreaties of these men and rode east to Keldur during the night, then had a talk with Hálfdan his brother-in-law and asked him for support. But Hálfdan was most reluctant and he considered that nothing would be gained by supporting him. Þórður asked whether he could get some men to help even if he remained at home. Hálfdan said he wanted to discuss it with his brothers first. Steinvör his wife was most dissatisfied with this and with that Þórður rode away.

Sjöundi kafli

Ormur hét maður og var Bjarnarson, Þorvaldssonar, Gissurar-sonar, bróðurson Gissurar Þorvaldssonar. Hann bjó þá á Breiða-bólstað í Fljótshlíð. Hann var goðorðsmaður og hafði átt mikinn hlut að drápi Snorra Sturlusonar.

Þórður reið þá austur á Breiðabólstað en Ormur stökk undan austur í Ver. En Þórður sat í búinu á Breiðabólstað um hríð.

Þá sömu nótt er Þórður var í hérað kominn og Hjalti spurði það að hann var þar með flokk sinn tók hann það ráðs að hann reið norður um land á fund Kolbeins Arnórssonar unga en bað bændur að halda setum sem fjölmennustum í Skálaholti en beiddi biskup að fara á fund Þórðar með sáttarboðum og draga það efni til þeirrar stefnu ef Kolbeinn mætti til komast norðan.

Reið Sigvarður biskup austur á Breiðabólstað til móts við Þórð að bæn Hjalta og leitaði um sættir fyrir hönd bænda. Stein-vör kom og til með biskupi. Biskup flutti ákaflega en Þórður var hinn þverasti. Biskup bauð af hendi bænda að sex menn skyldu gera fyrir hvorra hönd en Þórður neitaði því en bauð að Steinvör og Hálfdan skyldu gera allt óskorað. Biskup kvaðst því hvorki kunna að neita né játa fyrir hönd bænda fyrr en þeir köru sjálfir.

Fór biskup þá heim í Skálaholt til móts við bændur en hann skyldi senda sem skjótast Þórði mann og segja hvort bændur vilja sættir eða eigi. Og var á kveðin stund nær sá skyldi aftur koma.

Chapter Seven

There was a man named Ormur. He was the son of Björn (the son of Þorvaldur Gissurarson), the nephew of Gissur Þorvalds-son, and resident at Breiðabólstaður in Fljótshlíð. Ormur was a chieftain and had played a large role in the killing of Snorri Sturluson.

Þórður rode eastwards to Breiðabólstaður but Ormur fled east to Ver. Þórður remained at the farmstead for a while.

The very night that Þórður arrived in the region, Hjalti learned that he was there with an army. Hjalti resolved that he would ride to the north of the country to meet with Kolbeinn ungi Arnórsson. Moroever, he asked the householders to fortify themselves within the episcopal see at Skálholt with as many people as possible. Still further, Hjalti requested that the bishop go to meet Þórður with an offer of a settlement and draw out the negotiations until they rendezvoused, if Kolbeinn was able to come to the South.

Bishop Sigvard rode eastwards to Breiðabólstaður to meet with Þórður at Hjalti's request, seeking a settlement on behalf of the householders. Steinvör also came there with the bishop. The bishop pleaded the householders' case forcefully, but Þórður was incredibly stubborn. The bishop asked that six men should arbitrate from each side, but Þórður refused that, countering that Steinvör and Hálfdan should decide all without reserva-

Á þessari stundu fóru menn milli þeirra Þórðar og Bjarnar Sæmundarsonar að leitast um hvort Þórður vildi vera í sættum þeim sem bróðir hans Tumi hafði áður tekið fyrir báða þá við Björn fyrir það er hann hafði áður verið á Örlygsstöðum. Þórður bað Björn ríða á fund sinn í griðum og ræddust þeir við sjálfir.

Reið Björn til móts við Þórð á Breiðabólstað. Átti þá Tumi mikinn hlut að við Þórð bróður sinn, kallaði eigi fleiri en svo verið hafa að honum hefði sóma gert af þeim málum en mér þykir það eigi fjarri að þú héldir þær sættir.

Þórður kvað Björn mundu mestu um ráða sjálfan hvort hann vildi gerast hans vinur eða óvinur en eigi mun eg tryggðir veita Birni fyrr en eg veit hver maður hann vill vera.

Björn kveðst það skjótt sýna mundi honum. Gaf hann þá Þórði sæmilegar gjafir. Þórður þekktist það og skildu þá laglega.

Tveim dögum síðar en á kveðið var kom sá maður er biskup sendi Þórði. Sagði sá að bændur neituðu þeim sættum sem Þórður beiddi.

Þórður reið þá þegar til Keldna með flokk sinn. Var Hálfdan riðinn ofan í Odda en Steinvör var heima. Gerði Þórður þegar þá Dufgussyni, Kolbein og Björn, til móts við Hálfdan. En Steinvör stefndi saman bændum öllum í einn stað, bað þá búna vera að ríða þann veg sem þeir Þórður og Hálfdan. Þeir Kolbeinn fundu Hálfdan og segja honum orðsending þeirra systkina.

Hálfdan kvað það vera óráð að ríða á helgan stað að bændum þeim er eigi væri slægur til: Mun eg hvergi fara og engir mínir menn en Þórður má fá sóma sinn á annan veg á bændum í tómi.

Sendi Hálfdan þá menn til bænda og bað þá fara heim.

En er þeir Kolbeinn komu aftur og sögðu Þórði orð Hálfdanar þá varð hann allreiður, kveðst þá skyldu ríða að bændum og sjá hvað í gerðist. Hafði hann þá og sanna njósn um fjölmenni þeirra að þeir voru nær sex hundruð og höfðu búist um í kirkjugarði í Skálaholti.

Þórður reið út yfir á og kannaði lið sitt og hafði nær tvö hundruð manna. Sögðu þá margir sem satt var að það var óráð að ríða að þeim. En Þórður kveðst svo oft mundi hætta verða í óvænt efni ef nokkuð skyldi að vinnast um hans mál.

tion. The bishop responded that he was neither able to refuse nor accept this offer on behalf of the householders before they decided themselves.

Afterwards, the bishop went home to Skálholt to reconvene with the householders. He was to send his swiftest man to tell Þórður whether the householders wanted those terms or not at an appointed time.

Concurrently, men went between Björn Sæmundarson and Þórður to discover whether or not Þórður wanted to uphold the settlement that his brother Tumi had made on their behalf with Björn due to the latter's participation in the Battle of Örlygs-staðir.

Þórður asked Björn to ride to meet him under truce so they could discuss it man-to-man.

Björn came to Þórður at Breiðabólstaður. Tumi strongly advanced the opinion to his brother Þórður that there were no others who had given him any honour concerning that case, 'and I think that it is not unreasonable that you should hold to this settlement'.

Þórður said that only Björn could decide for himself if he wanted to be friend or foe, 'and I will not grant Björn my trust until I know which man he means to be'.

Björn said that he would soon show him. Immediately, he bestowed honourable gifts on Þórður. Þórður appreciated this gesture and, having reconciled, they parted company.

Two days later, as had been determined, a man sent by the bishop arrived to meet Þórður. The messenger reported that the householders had refused the terms which Þórður offered.

As soon as Þórður heard this, he rode to Keldur with his forces. Hálfdan had ridden down to Oddi, but Steinvör was at home. Þórður immediately sent the sons of Dufgus, Kolbeinn and Björn, to meet with Hálfdan, and Steinvör summoned together all of the householders in one place, ordering them to be ready to follow Þórður and Hálfdan. Björn and Kolbeinn met Hálfdan and gave him the message from Þórður and Steinvör.

Hálfdan said it was unwise to assault a holy place on account of the householders, who would not be of any importance. 'I

Suður frá Auðsholti kom biskup í móti Þórði og bauð allt hið sama af bænda hendi sem fyrr. Þórður var þá hinn styggvasti við biskup, sagði hann allt draga til óliðs sér. Biskup kallaðist jafnframt skyldi bannsetja Þórð og alla menn hans sem hann riði á staðinn. Þórður bað hann að hann léti þá bændur brott fara af staðnum, kvað það ósannlegt að hann drægi þá í kirkjugarð, slíkir hernaðarmenn sem þeir væru þá er þeir brutu kirkjuna á Miklabæ laugarkveldið og leiddu út sex menn og létu hvern höggva á fætur öðrum. Biskup vildi þá frá ríða og gera njósn bændum. En menn Þórðar vildu það eigi og létu hann eigi ná að ríða en er Þórður kom eftir það hann biskup ríða hvert er hann vildi og reið eftir sem ákafast þar til er hann kom í geilar hjá Skálaholti og bað hann menn þá stíga af baki og búast til atgöngu.

Þá sendi hann þá heim Hrafn Oddsson og Teit Styrmisson að vita hvort bændur væru í sama skapi um sættir sem fyrr eða hversu þeim litist á umbúnað þeirra hve torsóttlegir þeir væru. En er þeir komu heim þá var biskup skrýddur og þrír tigir klerka með honum og sagðist þegar skyldu bannsetja Þórð er atganga tækist og alla hans menn.

Teitur lögmaður, vitur maður og góðgjarn, bróðir Gissurar, hann bað biskup að freista að ganga á milli og vita ef nokkuð stoðaði, sagði sem satt er hversu mikil vorkunn Þórði var á, svo mikinn mannskaða sem hann hafði fengið en sviptur öllu fénu og hefir ekki til viðurlífis fyrir sig og sína menn annað en það er hann verður að deila til í hendur óvinum sínum eða ræna saklausa menn þótt hann leiti eftir sínum hluta með því móti sem hann þykist helst mega.

Linuðust bændur þá og báðu að þeir biskup og Teitur færu í millum og gáfu sitt mál mjög á þeirra vald og forsjá.

Gekk biskup þá að finna Þórð og þeir Teitur. Sögðu þeir Hrafn þá svo sem þeim hafði sýnst að bændur væru torsóttlegir ef nokkur dáð væri í þeim. Tumi var þá og allsáttfús. Sömdust þá sættir með því móti að biskup og Steinvör skyldu um gera. En það er þau yrðu eigi á sátt það skyldi gera Steinvör ein. Bændur skyldu í engum mótferðum vera við Þórð þar til Gissur kæmi til Íslands. Skyldi þá lokið sættum með þeim Þórði og bændum ef

will not go anywhere, nor shall any of my men, but Þórður may
get vengeance against the householders some other way in time.'

Then Hálfdan sent men to the householders and told them
to go home.

When Björn and Kolbeinn came back and told Þórður what
Hálfdan had said, he became completely enraged, saying that
they should attack the householders holed up in the See and see
what transpired. Þórður now had reliable information concern-
ing their numbers, that they were nearly six hundred and had
ensconced themselves in the churchyard at Skálholt.

Þórður rode over the river and surveyed his army. He had
nearly two hundred men. Many then said, as was true, that it
was a bad idea to ride against the householders in the See. How-
ever, Þórður retorted that one must often take risks in uncertain
situations, if one is to achieve anything in the matter at hand.

The bishop came south from Auðsholt to meet Þórður, and
made the same offer as before on behalf of the householders.
Þórður was very peevish towards the bishop, and stated that he
had done all he could to harm him. The bishop responded that
he would excommunicate Þórður and any of his men who rode
against the episcopal See. Þórður asked that the bishop have the
householders leave the See, saying that it was improper that he
had drawn them into the churchyard, such warriors as had vio-
lated the church at Miklabær one Saturday evening, led out six
men, and had each of them killed in front of the others. The
bishop then wanted to ride ahead and warn the householders,
but when Þórður's men noticed this, they made the bishop wait
until Þórður got to the front rank, as he rode at the back. Þórður
allowed the bishop to ride wherever he wanted, and chased after
as fast as he could, until he came to a narrow glen by Skálaholt.
Þórður now asked his men to mount their horses and prepare
for battle.

Then he sent Hrafn Oddsson and Teitur Styrmisson to the
bishop's home to find out whether the householders were of the
same mind concerning the settlement as before or how well de-
fended they were, and how difficult they would be to overcome.
When Hrafn and Teitur arrived at the bishop's home, the bishop

Gissur kæmi til en haldast ella. Gengu þá bændur til handsala við Þórð.

Reið Þórður þá austur á Breiðabólstað eftir sættina og settist þá enn í bú Orms. En Ormur var lengstum í Veri meðan Þórður var á Breiðabólstað. Fóru menn í millum þeirra og vannst ekki að um sættir. Þórður sendi Björn Dufgusson vestur í Breiðafjarðardali en Þórð Bjarnarson til Borgarfjarðar að vera á njósn um ferðir Kolbeins Arnórssonar unga fyrir því að það var þá kvittað að liðsdráttur væri fyrir norðan land.

En Þórður reið út yfir á í Biskupstungu. Kom þar biskup og Steinvör og luku þá upp gerðum og gerðu á hendur alþýðu, bónda þeirra er þingfararkaupi áttu að gegna í sveit Gissurar, þrjú hundruð, en á hendur hinum stærrum bændum fimm hundruð. Eftir það reið Þórður sunnan af héruðum til Borgarfjarðar.

was then in his vestments and had thirty clerics with him, and he announced that he would excommunicate Þórður and all his men as soon as the battle began.

Teitur, the lawspeaker, a wise and benevolent man, and also Gissur's brother, asked the bishop to try to mediate between the two sides and discover if some compromise could be reached. He said, as was true, that Þórður deserved a great deal of slack because he had experienced great sorrow, 'and, moreover, has lost all of his property, so has nothing to provide for his men other than that which he can acquire through disputes with his enemies or by robbing innocent men. He is only trying to recoup what he has lost by any means which he thinks may succeed.'

The householders now gave way and asked the bishop and Teitur to mediate between them and gave their case into their power and foresight.

Thus, the bishop and Teitur went to find Þórður. Hrafn, the bishop, and Teitur then said to Þórður that the householders would be difficult to defeat, if some had valour in them. Tumi was also very eager to settle. It was then determined that the bishop and Steinvör should decide the terms. Nevertheless, that which they were not able to agree on would be decided by Steinvör alone. The householders were not to take part in conflict with Þórður, until such a time as Gissur returned to Iceland. The truce would then end between Þórður and the householders, if Gissur returned, but otherwise upheld. The householders sealed their agreement with Þórður with a handshake.

Then Þórður rode east to Breiðabólstaður after the settlement and then settled again on Ormur's estate. But Ormur remained a long while at Ver, while Þórður was at Breiðabólstaður. People mediated between them but no settlement was reached.

Þórður sent Björn Dufgusson west to Breiðafjarðardalur and Þórður Bjarnarson to Borgarfjörður to watch out for the coming of Kolbeinn Arnórsson, for it was rumoured that men would be being gathered together from northern Iceland.

Þórður himself rode over the river to Biskupstunga. The bishop and Steinvör came there and delivered their judgment:

Fig. 4. Present-day Hrafnseyri in the Vestfirðir. Source: *Wikimedia,*
https://commons.wikimedia.org/wiki/File:Hrafnseyri2Ice.JPG.

all those householders who paid the assembly-travel tax in Gissur's region were each fined the equivalent of 360 ells of wadmal, but for the wealthier householders the figure was 600 each. After the settlement, Þórður rode from the southern regions to Borgarfjörður.

Áttundi kafli

Nú verður frá því að segja er vér gátum fyrr að Hjalti biskupsson kom á fund Kolbeins unga og segir honum slíkt er títt var um ferðir Þórðar og bað hann suðurreiðar.

Kolbeinn brást við skjótt og sendir þegar menn norður til Eyjafjarðar og þeir drógu lið saman um allar sveitir fyrir norðan Öxnadalsheiði. Aðra menn sendi hann vestur til Hrútafjarðar. Skyldu þeir krefja menn upp um hin vestri héruð og fjölmenna sem mest.

En er flokkar komu saman þá vildi Hjalti að flokknum væri stefnt suður um Kjöl og svo til móts við Þórð.

En Kolbeinn kvað vera mega að Þórður væri þá vestur um riðinn áður vér komum suður og munum vér þá eigi ná þeim. Vil eg stefna hinar vestri heiðar og svo til Borgarfjarðar. Má svo síst bera í sundur fund vorn hvort er Þórður er suður eða vestur.

Hjalti kvað Sunnlendinga yfrið lengi þolað hafa þennan ófrið. Kolbeinn kvað þá vel mátt hafa hrundið af sér ef þeir hefðu karlmennsku til svo að þeir þyrftu eigi annarra manna liðveislu. Norðlendingar allir báðu Hjalta ills, kváðu þetta allt af honum hljótast.

Kolbeinn reið þá með allan flokk sinn vestur til Miðfjarðar og þaðan suður um Tvídægru. En er þeir fóru upp úr Gnúpsdal lét Kolbeinn telja lið sitt og var vel sex hundruð manna. Kolbeinn kveðst þá ærið lið hafa ef gifta félli.

Chapter Eight

Now we must pick up where we left off earlier. Hjalti biskups-
son came to meet Kolbeinn and told him the news he had about
Þórður's journey, ending by asking Kolbeinn to ride south with
him.

Kolbeinn reacted quickly: he immediately sent men north
to Eyjafjörður, and they pulled an army together from all the
districts north of Öxnadalsheiði. Kolbeinn ordered another
company of men to go west to Hrútafjörður. This group were
to recruit men from around the western regions and collect as
many troops as possible.

When the troops had gathered together, Hjalti wanted the
army to go south over Kjöl to encounter Þórður.

However, Kolbeinn said that he thought that Þórður may
well have ridden west by then, 'before we come south, and we
will thus not come across him. I want to go westwards over the
heath to Borgarfjörður. If we do this, we will be more likely to
find Þórður regardless of whether he is in the South or the West.'

Hjalti protested that the Árnesingar had suffered long
enough from warfare. Kolbeinn retorted that they may well have
been able to repel their enemies if they had been manlier them-
selves, rather than relying on the support of other men. All of
the Northerners felt ill-will towards Hjalti and muttered that the
situation was completely his fault.

Svo var veðri farið er þeir riðu á heiðina að um morguninn var á krapadrífa og vindur lítill og urðu menn alvotir. En er á leið daginn tók að frysta. Hljóp þá veðrið í norður. Gerðist þá hríð svo grimm sakir myrkurs og frosts að sjaldan verða þvílíkar. Leið eigi langt áður þeir vissu eigi hvar þeir fóru. Dróst þá liðið mjög af kulda. Bað Kolbeinn menn þá stíga af baki og taki menn glímur stórar og viti ef mönnum hitnar við það.

Urðu þar svo miklar hrakningar að margir menn týndu vopnum sínum og fengu eigi á haldið fyrir kulda. Gengu þá þegar nokkurir menn til heljar en margir meiddust til örkumla. Tók þá heldur að birta veðrið. Kenndust þeir þá við að þeir voru komnir á vatn það er Hólmavatn heitir. Hóf þá hver annan á bak. Fóru þeir þá þar til er þeir komu á Gilsbakka nokkuru fyrir dag. Var Kolbeinn þar um nóttina. En um daginn eftir reið hann ofan í Reykjaholt með allan flokkinn. En það af liðinu er eigi var fært lá eftir í Síðunni.

Kolbeinn now rode with his whole army westwards to Miðfjörður and thence south over Tvídægra. When they came up from Gnúpsdalur, Kolbeinn had his troops numbered and the force was found to be at least 720 men. Kolbeinn commented that the army was large enough if fortune favoured them.

As they rode over the heath the weather was such that, during the morning, there was a shower of sleet with little wind. Thus, the men became completely soaked. But as the day wore on, a frost set in. Suddenly, the wind leapt to the north. Then such a greatly dark and frosty storm blew in as one sees only once in a blue moon. It was not long before they had no idea where they were going. Now the army became utterly exhausted from the cold. Kolbeinn ordered the troops to dismount their horses, 'and engage in vigorous wrestling with each other to try and get warm that way.'

This led to many severe wounds and many men lost their weapons because they could not keep hold of them because of the cold. It was not long before some men died and many acquired life-altering injuries. Eventually, the weather changed for the better. When this happened, the army discovered that it had come to the lake which is called Hólmavatn. The men heaved each other onto horses and proceeded to travel on until they came to Gilsbakki somewhat before daybreak. Kolbeinn remained there overnight. The day after, he rode down to Reykholt with his whole army, apart from the troops who were not fit to travel (they remained behind on Hvítársíða).

Níundi kafli

En er Þórður kom ofan í Reykjardal að Englandi þá kom í móti honum Þórður Bjarnarson og segir honum að Kolbeinn var norðan kominn með fjölmenni og sat þá í Reykjaholti. Ari hét maður. Hann bjó þá að Lundi í Reykjardal hinum syðra. En Böðvar Þórðarson bjó þá í Bæ. Hann átti Herdísi Arnórsdóttur systur Kolbeins. Þeir voru systkinasynir Sighvatur faðir Þórðar og Böðvar.

Þórður reið ofan eftir Reykjardal til Bæjar og beið þar til þess er flokkurinn kom allur eftir. Og þá er menn voru saman komnir leitaði hann ráðs til hinna betri manna hvað upp skyldi taka. Lagði þá næsta sitt hver til. Eggjuðu þeir er áræðamestir voru að ríða skyldi að þeim í Reykjaholt, kölluðu þar marga mundu vera lítt til færa að verjast fyrir kulda sakir. En allir hinir vitrari menn sögðu það óráð að svo fáir menn riðu að þar sem slíkt fjölmenni væri fyrir, sögðu þá allskörulega riðið þó að hann riði vestur um svo að hann ætti ekki við þá. Var það ráðs tekið.

Reið þá Þórður ofan eftir dal og ætlaði yfir um á að Gufuskálum og svo vestur Langavatnsdal. En er hann kom ofan á Völlu þá var sagt að eigi var hrossís yfir ána. Sneri þá flokkurinn allur upp til Grafarvaðs. Og er menn komu upp frá Þingnesi þá reið Þórður á síki eitt. Brast niður ísinn undir hestinum og var hvortveggi á kafi, hesturinn og hann. Og er hann kom á land

Chapter Nine

When Þórður came down into Reykjardalur at England, Þórður Bjarnarson came to meet him and told him that Kolbeinn had arrived from the North with an army and was sat at Reykholt at that time.

There was a man named Ari. At that time, Ari lived at Lund in Reykjadalur hinn syðri. Böðvar Þórðarson lived then at Bær. He was married to Herdís Arnórsdóttir, Kolbeinn's sister. Böðvar was also Þórður's first cousin.

Þórður rode down along Reykjadalur to Lund and waited there until his whole army had gathered there. When the men were all together, he asked the other leaders what plan they should adopt. Nearly all then expressed their own view. The most daring urged that they ride to Reykholt, stating that many of the men there would be little able to defend themselves due to the cold. However, all the wiser men said that is would be unwise for such a small army as they were to ride to a place where there would be such a large host before them. These men proposed instead that it would be a magnificent idea if Þórður rode westwards so that he need not concern himself with Kolbeinn and his forces. It was this plan that was adopted.

Þórður proceeded to ride down along the valley and planned to ride over the river at Gufuskálar and so west to Langavatnsdalur. But when he came down to Vellir, it is said that there

var hann alvotur og sneri ofan aftur til Þingness og sex menn með honum.

Þá bjó sá maður í Þingnesi er Börkur hét og var Ormsson. Hann tók vel við Þórði og skipti við hann klæðum. Þar létu þeir menn Þórðar eftir hesta nokkura. Setti Börkur þá inn í hús hjá hrossum sínum. Reið Börkur þá með Þórði upp til Grafarvaðs. En er hann sneri ofan aftur heyrði hann til hvorstveggja flokksins, Þórðar og Kolbeins.

Þórður reið til Stafaholts og áði þar og þaðan út yfir Norðurá. Í Svignaskarði setti hann eftir sex menn til njósnar. Voru þar Dufgussynir þrír, Sanda-Bárður og Þorsteinn kollur Þorbergsson, Þorgeir stafsendi. En Þórð Bjarnarson setti hann eftir í Eskiholti ef Kolbeinn riði hið neðra. En Þórður reið út á Mýrar með allan flokkinn og var allill færð.

En er Ari á Lundi varð var við ferðir Þórðar tók hann hest sinn og reið til Bæjar sem hvatast. En er hann kom í Bæ var Böðvar í rekkju. Ari segir Böðvari að flokkur Þórðar riði ofan eftir Reykjardal og bað hann gæta hrossa sinna að þau yrðu eigi tekin.

En fyrir voru komnir menn Kolbeins, Þorvaldur keppur og tveir menn aðrir. En er þeir heyrðu hvað Ari sagði spruttu þeir upp og riðu sem mest máttu þeir til Reykjaholts og segja Kolbeini hvað títt var. Hann bað hvern mann spretta í klæði sín og ríða eftir sem hvatast. Og er þeir voru búnir riðu þeir ofan eftir Reykjardal og komu í Bæ. Var Böðvar úti og spurðu þeir hann um ferðir Þórðar. Hann kveðst ætla að löngu mundi hann vestur um riðinn. Riðu þeir Kolbeinn þá ofan á Völlu og spurðu þar að Þórður hefði upp snúið til Grafarvaðs. Snúa þeir þá upp til Þingness. Var Börkur úti. Spyrja þeir hann að um ferðir Þórðar. Hann kvaðst eigi vita það hvort Þórðar menn voru eða aðrir, kvað þar ríða annan flokk að öðrum í alla nótt. Kolbeinn bað hann ganga á leið með þeim. En er Kolbeinn reið á brott dvöldust þar eftir nokkrir menn hans og fundu hesta í húsi einu, þá er alvotir voru og nýteknir undan söðlum. Riðu þeir þá eftir Kolbeini og segja honum að þeir hefðu fundið hestana og kváðu að þar mundu vera menn Þórðar nokkurir. Reið Kolbeinn þá heim aftur á bæinn.

was no ice bridge over the river which the horses were able to walk on. The whole army then turned back up to Grafarvað. As men travelled up from Þingnes, Þórður was riding over one trench; however, the ice broke down under the horse, and both he and his mount tumbled into the water. After Þórður made it ashore, he was completely soaking. Thus, he headed back down to Þingnes with six men.

At that time that man lived at Þingnes who was named Börkur and he was Ormur's son. He greeted Þórður well and gave clothes to him. Þórður's men left some horses behind there. Börkur then placed the horses inside the house where he kept his own. After this, Börkur rode with Þórður up to Grafarvað. As soon as Börkur turned back to go back down, he was able to hear two groups, one of which was Þórður's and the other Kolbeinn's.

Þórður rode to Stafholt and rested there a while before heading on from there out over Norðurá. At Svignaskarð he posted six men as sentries. These six were the three sons of Dufgus, Sanda-Bárður, Þorsteinn kollur Þorbergsson, and Þorgeir stafsendi. Þórður also left Þórður Bjarnarson behind to watch at Eskiholt, in case Kolbeinn rode below. Þórður proceeded to ride out to Mýrar with his whole army but the going was tough.

When Ari of Lund became aware of Þórður's journey, he took his horse and rode to Bær as fast as he could. On arriving at Bær, he found that Böðvar was in bed. Ari told Böðvar that Þórður's forces had ridden down through Reykjadalur, and asked him to take care of his horses, so that they did not get taken.

But before this, Kolbeinn's men had arrived, Þorvaldur keppur and two others. As soon as they heard what Ari said, they sprang up and rode as quickly as they were able to Reykholt and gave Kolbeinn the news. Kolbeinn directed every man to dress quickly and ride after Þórður and his troops as fast as possible. Once Kolbeinn's forces were ready, they rode down Reykjadalur and came to Bær. Böðvar was outside and they asked him about Þórður's journey. He said that he thought would long since have ridden westwards. Kolbeinn and his men then rode down to Vellir and discovered there that Þórður had turned up to

Einar langadjákn Jónsson reið að Berki og setti spjótshalann millum herða honum og bað djöfulinn segja það hann vissi. Börkur kvaðst eigi vita hvað hann segði honum en ekki mun eg þér fleira segja. Börkur hóf upp öxina er hann hafði í hendi og laust til Einars en Einar bar fram hjá og kom höggið á lend hestinum. Í því kom að Hallur Jónsson og kvað engan mann skyldu Berki illt gera. Hann var annar maður en Brandur Kolbeinsson mest virður af Norðlendingum. Var þá rannsakaður bær allur í Þingnesi og tekið fé það sem laust var innan gátta en rænt hjá fram hrossum öllum. Og varð þetta löng dvöl. Riðu þeir Kolbeinn í brott. En Börkur kveðst ætla að skammt mundi líða að þeir sjálfir mundu verst una við dvöl sína og verr en hann við félát sitt.

Kolbeinn reið nú í Stafaholt. Þar fengu þeir sanna njósn af um ferðir Þórðar og riðu þá eftir sem ákafast. Njósnarmenn Þórðar hvorirtveggju sjá er flokkur Kolbeins kom í Stafaholt. Brugðu þeir þá við og riðu fram eftir Þórði. Höfðu þeir Kolbeinn þá skeiðreitt eftir stígnum. Dró þá saman skjótt. Kafðist þá hesturinn undir Þórði Bjarnarsyni en annar undir Kægil-Birni. Gerðu þeir þá ýmist að þeir runnu eða riðu að baki þeim Svarthöfða og Bárði. En er þeir komu að Langá þá bar leiti á milli.

Þá hljóp Svarthöfði af hesti sínum og bað Björn bróður sinn á bak stíga: Eg sé að oss dugir eigi lengur tvímenning en við Þórður Bjarnarson munum forða okkur sem verða má.

Björn kvaðst aldrei mundu frá honum ríða.

Þeir Þórður og Svarthöfði tóku þá skeið ofan eftir ánni en þeir Björn riðu fram eftir flokkinum Þórðar sem ákafast. En þeir Svarthöfði og Þórður köstuðu sér í snjóinn og jósu á sig mjöllinni. Þeir Kolbeinn sóttu þá svo fast fram að ekki var nær í milli þeirra. En er þeir Bárður komu eftir þá var Hrafn Oddsson á halaferðinni. Þeir báðu hann hvata eftir Þórði og segja honum hvað er títt var er hann hafði hvíldan hest. En er hann hitti Þórð þá gekk Þórður og leiddi hestinn eftir sér. Hrafn bað hann fara á bak, segir að Kolbeinn var þá nálega kominn á hæla þeim en meiri von að þeir Svarthöfði og Þórður séu teknir.

Grafarvað. Thus, they headed up towards Þingnes. Börkur was outside. Kolbeinn's men asked Börkur about Þórður's journey. Börkur replied that he did not know whether they were Þórður's troops or others, but said that there had ridden one group of men after another 'throughout the whole night'. Kolbeinn asked him to come on the journey with them. After Kolbeinn rode away, some of his men remained at Þingnes and found horses in one of the houses. They noticed that some were completely soaking and had recently had their saddles taken off. The men immediately rode after Kolbeinn and told him that they had found the horses, and said that some of Þórður's men would be at Þingnes. Kolbeinn now rode back to the farm.

Einar langadjákn Jónsson sped at Börkur and pointed his spear-shaft between the householders shoulders and command-ed the devil to tell them what he knew.

Börkur said he did not know what Einar expected him to say, 'but I will not say any more.'

Börkur hefted up the axe which he had in his hand, and launched at Einar, but Einar dodged it, and the blow dug into a horse's leg. At that Hallur Jónsson arrived and said that no man should do evil to Börkur. Hallur was the second most honour-able man in northern Iceland after Brandur Kolbeinsson. Then the whole farm at Þingnes was ransacked and all the loose goods were seized and all the horses stolen. Kolbeinn's men remained there for a long time doing this. Afterwards, Kolbeinn and his troops rode away. Börkur commented he did not think that it would be long until they themselves would come off worst from their stay and worse than he for his lost wealth.

Now Kolbeinn rode to Stafholt. There they got trustworthy news about Þórður's journey and they rode back as quickly as they could. Þórður sentries all saw Kolbeinn arrive at Stafholt. They broke cover and rode from there back to Þórður. Kolbeinn and his men had a good course for riding on the path. The two groups of horsemen were getting closer and closer together. Þórður Bjarnarson's horse then caved under him and another under Kægil-Björn. They began alternating between running

Eftir það sté Þórður á bak og reið þá fram eftir skógargötunum þar til er klif var lítið. Þar bar þá leiti í milli. Bað þá Þórður alla sína menn af baki stíga, kvað þar við skyldi nema og hlaupa á þá. En þar varð sem víða annarstaðar að flóttamanninn er eigi hægt að hefta. En er Þórður sá þetta, að þá hleypti margur sá mest er áður kvaðst hafa þreyttan hest svo að hvergi mátti ganga, þá bað Þórður, er því mátti eigi áleiðis koma að nema þar við, að fólkið skyldi eigi svo geyst ríða og sendi þá fram fyrir Guðmund sorta og bauð að eigi skyldi brott ríða af bænum í Álftártungu.

En er Þórður kom á bæinn þá sté þar af baki alþýða. Og þá segir honum Ingjaldur skáld Geirmundarson og kvað séð vera hversu þá mundi fara: Nú flýr öll alþýða en hinir betri menn munu eigi frá yður ríða. En ef þú bíður hans þá verður það þinn skaði og þeirra manna er þér fylgja.

Stigu þeir þá á bak. Tók þá og svo að batna færðin að þá var allt skeiðreitt. Þórður bað þá menn fara í kirkju er þrotna höfðu hesta. Hlupu þá í kirkju nær þrír tigir manna. Brú var á Álftá og var þar seinfært yfir.

En er Þórður kom yfir ána hleypti sinn veg hver. Þórður sendi menn fram eftir liðinu og bað menn saman halda hvað sem í gerðist. En því kom ekki til leiðar. Varð þá eigi fleira í reið með Þórði en hans menn og voru það sex tigir manna. En er Þórður var burt riðinn úr Álftártungu þá kom þegar flokkurinn Kolbeins. Varð þá svo nær farið að þeir sem norður höfðu snúið frá kirkjunni og fyrir húsin að þá er þeir sneru aftur náðu þeir eigi kirkju. Voru þá vegnir tveir menn í kirkjugarðinum, Sigmundur Hallsson og Torfi Þorgeirsson. Gengu þeir Kolbeins menn þá til kirkjudura og rannsökuðu hvað manna þar væri inni. Í því bili kom Kolbeinn, kvað þá óviturlega gera, lágu þar og gerðu ekki það er framkvæmd væri í en látið Þórð draga undan og alla þá er nokkuð mannsmót væri að. Setti hann þá þar eftir er ófærir voru. Síðan tóku þeir eftirreið sem ákafast. En er þeir komu að Álftá varð þeim eigi þar greiðfært yfir því að Þórður hafði látið af draga brúna. Þá varð þeim Kolbeini allt saman mikil dvöl.

Þórður sneri nú út eftir Mýrum. Og er hann kom yfir Hítará þá sté Teitur Styrmisson af baki og Kolbeinn grön og enn fleiri menn og vötnuðu hestum sínum er vatn féll á ísnum. Þá riðu

and riding back with Svarthöfði and Bárður. When they reached Langá, they were shielded from view.

Svarthöfði leapt from the back of his horse and asked his brother to mount its back saying: 'I see that we shall no longer ride together. Þórður Bjarnarson and I will try our best to escape.'

Björn refused to abandon him.

Þórður and Svarthöfði now ran down along the river, and Björn and Bárður rode on after Þórður's army as fast as possible. Svarthöfði and Þórður cast themselves into the snow and covered themselves with it. Kolbeinn and his men pursued with such vigour that there was little distance between them. When Bárður and Björn arrived, Hrafn Oddsson was travelling at the rear of the army. They asked him to speed after Þórður and tell him what the tidings were, because he had a rested horse. When Hrafn reached Þórður, Þórður was at that time walking and leading the horse after him. Hrafn asked him to remount, saying that Kolbeinn had nearly come upon them and that it was more than likely that they would be arrested.

Straightaway, Þórður remounted and rode along a forest path until he reached a little cliff where they were in cover. Þórður then ordered his men to dismount, and said they should ambush Kolbeinn's troops. Nevertheless, it transpired as at other times that fleeing men are not easy to stop. When Þórður saw that the majority galloped away — those who had previously said that their horses were exhausted to the point that they could barely walk anywhere — and identified that it would not be possible for them to make a stand there, then he ordered that the folk not ride off with such haste. He also sent forward Guðmundur sorti to instruct them that they should not ride beyond the farm at Álftártunga.

When Þórður reached the farm, all the people there dismounted. Then the poet Ingjaldur Geirmundarson spoke to him and said it had become apparent how matters would go, because 'now all the common folk flee, but the better men will not abandon you. Nonetheless, if you wait for Kolbeinn, then the result will prove shameful to you and those men who follow you.'

Kolbeins menn sunnan að ánni. Og er þeir Teitur stukku upp af ánni þá sneri Þórður aftur en Kolbeins menn sneru þá aftur undan því að þeir voru fáir eftir komnir. Teitur bað þá menn skunda á bak, kváðu þetta ekki vera annað en dvöl þeirra. Reið þá hver undan sem mátti. En Þórður reið um daginn jafnan síðast og vildi hann aldrei svo mikið ríða sem alþýðunni var í hug. Töluðu þá sumir við hann en sumir keyrðu hestinn undir honum. Bar þá enn undan. Kolbeins menn tóku þá drjúgum menn af Þórði er hestana þraut. Voru þeir allir flettir en á sumum unnið. En er Þórður reið út á vaðlana þá sáu þeir Kolbeins menn að undan mundi bera og hurfu þá aftur.

Þórður reið í Miklaholt og dvaldist þar um hríð. Þar bjó þá Guðmundur Ólafsson. Hann var vinur mikill Sturlunga. Fýsti hann Þórð sem fyrst burtreiðar. Reið Þórður þaðan vestur Kerlingarskarð og svo til Helgafells. Fékk Þórður sér þar skip og fór út í Fagurey en hestana lét hann reka hið innra. Kom hann þar laugardag fyrir hádegi. Það var hinn næsta dag fyrir Andrésmessu.

Þótti það öllum mikil furða og varla dæmi til finnast að menn hefðu riðið hinum sömu hestum í einni reið af Þingvelli og til Helgafells í svo miklum ófærðum sem þá voru. Þórður reið fimmtadag um hádegi af Þingvelli en kom til Helgafells föstunóttina er stjarna var í austri. Þóttust þá allir þegar vita að Þórð mundi til nokkurra stórra hluta undan rekið hafa.

Kolbeinn reið í Álftártungu með allan flokkinn og var þar um nóttina.

En um morguninn eftir voru menn leiddir úr kirkju. Var þá höggvin hönd af þeim manni er Þórhallur hét og var Oddleifsson. Annar maður hét Naddur er enn var handhöggvinn. Hann hafði riðið norðan með Teiti Styrmissyni. Fengu þá allir aðrir menn lífs grið og lima en voru flettir vopnum og hestum. Reið Kolbeinn eftir það í Hítardal og var sagt þar allt hið sanna um ferðir Þórðar.

Therefore, they remounted. Now the roads became considerably more passable and soon they were all on a good path for riding. Þórður told the men with exhausted horses to seek the sanctuary of the church. Immediately, nearly thirty men ran into the church. There was a bridge over the Álftá and it took a long time to get over there. After Þórður came over the river, the troops began to scatter. Þórður sent men forward after the men to ask them to stick together whatever the circumstances. But that did not come to pass. By now there were no more than sixty men riding with Þórður (these were his own men).

As soon as Þórður rode away from Álftártunga, immediately after came Kolbeinn's men. The distance between them was so insignificant that when those who had wheeled northwards from the church in front of the house turned around, they were unable to reach the sanctuary of the church. Two men were killed in the churchyard, Sigmundur Hallsson and Torfi Þorgeirsson. After this, Kolbeinn and his men strode up to the church door and enquired which men were inside. At that moment Kolbeinn arrived and said that it would be unwise if they dawdled here rather than focusing on the important task at hand and so allowed Þórður to get away with all the other significant men. Kolbeinn left those of his troops there who were unable to travel, but the remainder resumed the chase as quickly as possible. When Kolbeinn's men reached Álftá, they could not easily get over the river, because Þórður had had the bridge dragged down. Kolbeinn and his men were then stranded on the opposite side of the river for a long while.

Þórður now turned out beyond Mýrar. After he made it over Hítará, Teitur Styrmisson, Kolbeinn grön, and yet more men dismounted to allow their horses to drink the water falling from the ice. At that time, Kolbeinn's men were riding towards the southern bank of the river. When Teitur and the others hurried up from the river, Þórður turned his forces back to face Kolbeinn's men, but the latter turned tail and fled as so few of them had arrived at that point. Teitur then told the men to remount, saying that they should not be diverted by this. Everyone then rode on as fast as they could. Þórður rode at the back of the

Fig. 5. The site of the Battle of Örlygsstaðir. Photo by the author.

company, and he would never ride faster than everyone else wanted to. Some of them talked with him, but others urged their horses on. Again they escaped Kolbeinn's clutches. Kolbeinn's men then arrested great numbers of Þórður's men, whose horses were tired. They were all undressed, and some wounded. When Þórður rode out onto the flats, then Kolbeinn's men saw that he had got away, and then they turned back.

Þórður rode to Miklaholt and stayed there for a while. At that time Guðmundur Ólafsson lived there, he was a great friend of the Sturlungar. He pleaded with Þórður that he immediately ride away. Þórður headed from there west to Kerlingarskarð and still further westward to Helgafell. Þórður got himself a ship there and went out to Fagurey, but the horses he had driven along on the mainland. He reached Fagurey on Saturday before the high day. That was the last day before St. Andrew's mass.

Everyone thought it was completely amazing and without comparison, that men had ridden the same horses in one journey from Þingvellir and to Helgafell on such atrocious paths. Þórður rode from Þingvellir at midday on Thursday, and came to Helgafell on Friday night, when the star was in the east. Folk straightaway arrived at the conclusion that Þórður had escaped for some great destiny.

Kolbeinn rode to Álftártunga with his whole army and remained there overnight.

The morning after, people were led out from the church. The man who was named Þórhallur and was Oddleifur's son, had his hand cut off. A second man, who was named Naddur, also lost his hand: he had ridden north with Teitur Styrmisson. Everyone else was granted a truce of life and limb, but their weapons and horses were confiscated. Afterwards, Kolbeinn rode to Hítardalur and heard there the whole truth about Þórður's journey.

Tíundi kafli

Nú er að segja frá þeim Svarthöfða og Þórði Bjarnarsyni er þeir lágu í fönninni þar til er flokkur Kolbeins var um fram riðinn. Stóðu þeir þá upp og gengu til bæja og fengu sér hesta. Riðu þeir í Stafaholt og drápu á kirkjudur.

Dufgus karl gekk til dura og fagnar vel syni sínum og spurði hvort hann vissi að Ólafur chaim var þar með þrjá tigi manna.

Þeir Svarthöfði hlupu þá þegar á hesta sína og riðu í brott.

Þá spurði Svarthöfði Þórð: Hvar veistu bæ þann vera er kominn sé frá almannavegi?

Þórður segir: Bær heitir í Skógum er við skulum til ríða. En er þeir komu þar þá fóru þeir í baðstofu og afklæddust. En er þeir höfðu litla hríð sofið þá var þeim sagt að menn Kolbeins riðu að garði. Hlupu þeir Svarthöfði þá upp og skutu inn brynjum sínum og stálhúfum í ofninn en þeir hlupu út. Skildi þá með þeim. Hljóp Þórður í skóg en Svarthöfði til hestanna. Reið hann þá undan sem ákafast en þeir eftir og kvíuðu hann fram á hamri nokkrum. Hann hratt þar fram af hestinum og hljóp þar sjálfur eftir. Það var hár hamar en hvorki sakaði hann né hestinn því að mikill lausasnjór var borinn undir hamarinn. En engi þeirra vildi þar eftir fara. Riðu Kolbeins menn þá leið sína. Svarthöfði fór heim á bæinn til vopna sinna og reið þaðan vestur til Sauðafells. Síðan fór hann út í Fagurey til Þórðar. Þórður Bjarnarson fór heim í Eskiholt.

Chapter Ten

Now we must return to Svarthöfði and Þórður Bjarnarson. The two men lay in the snow drift until Kolbeinn's army had ridden past. They stood up and went to a nearby farm and got themselves horses. Then, Svarthöfði and Þórður rode to Stafholt and knocked on the church door.

The man Dufgus went to the door and greeted his son Svarthöfði well, asking whether he knew that Ólafur chaim was there with thirty men.

On hearing this, Þórður and Svarthöfði leapt immediately onto their horses and rode away.

Then Svarthöfði asked Þórður: 'do you know where we might find a farm far off the beaten track?'

Þórður responded: 'there is a farm called Skógar, to which we shall presently ride.'

When Svarthöfði and Þórður arrived there, they went into the bath-house and undressed. After they had been in the bath-house for a little while, they were informed that Kolbeinn's men had ridden into the yard. Svarthöfði and Þórður then leapt up, shot into their byrnies, and set their steel hats on their heads, before running outside. They split up: Þórður ran into the woods and Svarthöfði to the horses. Svarthöfði then rode away as fast as he could, but Kolbeinn's men made chase, and he was eventually cornered on some cliff. Svarthöfði pushed the horse over

Kolbeinn Arnórsson ungi hvarf aftur í Hítardal og reið norður Holtavörðuheiði og svo heim á Flugumýri og lét hafa setu einhverja jafnan þann vetur mjög fjölmenna í ýmsum stöðum þar sem honum þótti best fallið.

Þórarinn hét maður og var kallaður balti. Hann setti Kolbeinn til njósnar í Miðfirði. Dró hann að sér marga illhreysinga og hafði setu að Ósi. Gerðist hann hinn óvinsælasti. Rændi hann hvern mann þann er honum var í nánd.

the edge and leapt himself after it. It was a high cliff, but neither he nor the horse were injured from the fall, because there was much loose snow accumulated beneath it. None of Kolbeinn's men wished to follow, so they rode away. Svarthöfði went home to the farm for his weapons and rode thence west to Sauðafell. From there he went out to Fagurey to meet Þórður. Þórður Bjarnarson went home to Eskiholt.

Kolbeinn Arnórsson turned back to Hítardalur and rode northwards over Holtavörðuheiði and so home to Flugumýri. He retained a force of men at Flugumýri during that winter and large numbers of troops in other strategic places of his choosing.

There was a man named Þórarinn balti. Kolbeinn set Þórarinn as a spy in Miðfjörður. Þórarinn recruited many evildoers and headquartered himself at Ós. He became universally reviled and robbed all men who were in his vicinity.

Ellefti kafli

Þórður Sighvatsson var í Fagurey nær til jóla fram. Fór þaðan inn til Ballarár. Þá bjó þar Bárður Hjörleifsson. Hann átti Valgerði Sighvatsdóttur, systur Þórðar. Þórður fékk þar góðar viðtökur. Báðu þau hann þar fyrir öllu sjá sem hann ætti. Lét Þórður þar eftir suma menn sína. En hann fór sjálfur til Búðardals og sat þar um jólin. Þar bjó þá Þorbjörn Ingimundarson.

Á ofanverðum jólum ríður Sturla Þórðarson til fundar við Þórð. Riðu þeir þá út í Dögurðarnes. Kom Böðvar Þórðarson þar til móts við þá. Leitaði Þórður á við Böðvar um liðveislu. En Böðvar segir sem satt var að honum var mikill vandi á við hvorntveggja þeirra Kolbeins því að hann átti Sigríði Arnórsdóttur, systur Kolbeins. Kvaðst Böðvar vilja fyrst um leita ef nokkrum sættum mætti á koma með þeim Kolbeini. Var það þá ráðs tekið að Böðvar reið norður og var áður skorað að hverjum kostum Þórður vildi ganga.

En Þórður fór vestur yfir Breiðafjörð til Barðastrandar og þaðan vestur á Sand. Fór þá enn eigi allmarglega með þeim Gísla.

Þaðan fór Þórður til Selárdals. Þar bjó þá góður maður og göfugur, Tómas prestur Þórarinsson. Hann átti Höllu, dóttur Þórðar Sturlusonar. Þau voru börn þeirra: Þórarinn hét hinn elsti son þeirra, annar Krákur, þriðji Auðun, Snörtur hét hinn yngsti. Þeir voru allir mannvænir. Dóttir Tómass hét Guðrún,

Chapter Eleven

Þórður remained on Fagurey until shortly before Christmas.

Thence went he inland to Ballará. Then Bárður Þorkelsson lived there. He was married to Valgerður Sighvatsdóttir, Þórður's sister. Þórður got a good welcome there, and they offered him everything there as if it were his own property. Þórður left some of his men behind there but went himself to Búðardalur and stayed there over Christmas. At that time, Þorbjörn Ingimundarson lived there.

Towards the end of Christmas, Sturla Þórðarson rode to meet Þórður. Both then rode out to Dögurðarnes. Böðvar Þórðarson then came there to meet with them. Þórður asked Böðvar for support. But Böðvar responded, as was true, that he had strong ties to both Kolbeinn and Þórður, because he was married to Sigríður Arnórsdóttir, Kolbeinn's sister. Böðvar said that he first wanted to see if some settlement could be arranged between Kolbeinn and Þórður. This plan was then agreed upon: Böðvar was to ride north to offer Kolbeinn each of those terms that Þórður wanted to offer.

Þórður went west over Breiðafjörður to Barðaströnd and thence west to Rauðasandur. On that occasion, Gísli and Þórður were again not entirely cordial with one another.

Afterwards, Þórður headed to Selárdalur. At that time the priest Tómas Þórarinsson — a good and generous man — lived

önnur Ragnheiður, þriðja Guðfinna, fjórða Guðríður, fimmta Hallbera.

Fór Þórður þaðan norður á Sanda. Var hann þar um veturinn og var þá allt tíðindalaust.

Á öndverðri langaföstu kom orðsending Böðvars Þórðarsonar til hans að Þórður skyldi koma til móts við hann til Helgafells. Bjóst þá Þórður skjótt við og fór norður til Ísafjarðar. Sendi hann þá Ásbjörn Guðmundarson til móts við Atla Hjálmsson og beiddi að Atli skyldi koma á hans fund og gerast hans maður, ella bað hann Ásbjörn sjá það ráð fyrir Atla að Þórði yrði ekki mein að honum. En er Ásbjörn kom í Grunnavík bar hann upp erindi sitt við Atla. En Atli kvaðst vilja sitja kyrr hjá málum þeirra Kolbeins, kveðst eiga Kolbeini gott að launa. Ásbjörn kvað hann eigi mundi svo hjá sitja málunum að eiga ekki við Þórð en vera vinur Kolbeins. Fékk Ásbjörn ekki af Atla. Fannst það á Þórði er þeir Ásbjörn fundust að honum þótti lítið erindi Ásbjarnar orðið hafa.

Fór Þórður þá suður til Saurbæjar og þaðan í Dögurðarnes, svo suður um fjörðu til Helgafells. Var Böðvar þar kominn. Þótti Þórði Böðvar allt hafa þar mælast látið og vildi engar þær sáttir sem Kolbeinn bauð honum. Sagði Þórður að það mundi upp koma um hans mál sem auðið yrði. En aldrei kveðst hann ganga mundu að þeim sáttum er dugandi mönnum þyki honum eigi sæmd í að taka eftir frændur sína.

Fór Þórður þá vestur í fjörðu og heim á Sanda. Var hann þá þar fram um páska.

Um vorið fór Þórður á gagndögum suður í Dali. Var honum þá mikið sagt af yfirgangi Þórarins balta og óspektum. Ætlaði Þórður þá að fara að honum og komst eigi lengra en á Dönustaði. Bar það þá við um ferðina að Þórður fékk lítinn hestakost. Hvarf hann þá vestur í fjörðu en setti eftir Kægil-Björn og Þorgeir stafsenda.

Hákon galinn hét maður. Hann var Bótólfsson, norrænn maður að föðurætt. Hann var kertisveinn Skúla hertoga. Hann kom út með Órækju Snorrasyni. Hann var nú heimamaður Þórðar. Almar Þorkelsson var þá og heimamaður Þórðar. Þessa

there. He was married to Halla, Þórður Sturluson's daughter. These were their children: Þórarinn was the name of their eldest son, the second Krákur, and the third Auðun. Snörtur was the name of the youngest son. They were all promising men. Tómas' daughters were named Guðrún, Ragnheiður, Guðfinna, Guðríður, and Hallbera.

Þórður went thence north to Sandar. He was there during the winter, which passed wholly without incident.

At the beginning of Lent a message arrived from Böðvar Þórðarson, asking Þórður to come to meet him at Helgafell. Þórður swiftly set off and went north to Ísafjörður. He then sent Ásbjörn Guðmundarson to meet Atli Hjálmsson and ask Atli to come to meet him and become his man. If Atli refused, he asked Ásbjörn to see to it that Þórður did not come to any harm from him.

When Ásbjörn arrived at Grunnavík, he brought up his errand with Atli. But Atli said that he wanted to remain neutral in the conflict between Kolbeinn and Þórður, saying that he had only had positive dealings with Kolbeinn. Ásbjörn told Atli that he would not be able to have good relations with Þórður if he were Kolbeinn's friend. Ásbjörn got nothing from Atli. It was felt that Þórður, when he met up with Ásbjörn, thought little had come of Ásbjörn's mission.

Þórður went south to Saurbær and thence to Dögurðarnes, and so south across the fjord to Helgafell. Böðvar had already arrived there. Þórður thought Böðvar had allowed himself to be completely won over, and would not agree to a settlement on the terms offered by Kolbeinn. Þórður said that what would come of his case would be what fate dictated. But he said he would never accept a settlement which doughty men did not think would be honourable recompense for his kinsmen.

Þórður returned to the Vestfirðir and home to Sandar, he remained there until after Easter.

During Spring — on the Rogations Days — Þórður went south to Dalir. Then much was told him about the transgressions and troublemaking of Þórarinn balti. Þórður intended to attack him but did not get any further than to Dönustaður. The

menn setti hann eftir í Dölum og bað þá ríða að Þórarni og drepa hann þegar er hann dreifði setunni. Alls voru þeir tíu menn saman. Ásbjörn Guðmundarson sendi hann norður til Steingrímsfjarðar og þá tuttugu saman. Bað hann Ásbjörn taka öll hin stærri skip í Steingrímsfirði og á Ströndum og flytja vestur á Dýrafjörð. Hafði Þórður þá nokkurn pata af að Kolbeinn mundi fara skipaliði norðan og eyða svo Vestfjörðu.

En er Þórður var vestur kominn þá fór hann hann fyrst á Sanda. Gaf hann Bárði Svefneyjar er tóku hálfan fimmta tug hundraða og enn gerði hann Bárði fleiri sæmdir.

Um fardaga fór Þórður á Mýrar. Þar bjó þá Bjarni Brandsson. Leitaði þá Þórður eftir við Bjarna að hann vildi taka þar við búinu. Bjarni lét það uppi. Var hann með Þórði um veturinn og allt lið hans.

journey was stalled for a lack of horses. He turned back to the Vestfirðir, but left Kægil-Björn and Þorgeir stafsendi behind.

There was a man named Hákon galinn, he was Bótólfsson, a Norwegian on his father's side. He had been Duke Skule's squire. He came to Iceland with Órækja Snorrason. He was now Þórður's follower. Almar Þorkelsson was then also a follower of Þórður. These men he also left behind in Dalir and asked them to attack Þórarinn and kill him, as soon as he dissolved his household, which altogether consisted of ten men.

Additionally, Þórður sent Ásbjörn Guðmundarson north to Steingrímsfjörður with nineteen men. He told Ásbjörn to take all the larger ships in Steingrímsfjörður and on Strandir and move them west to Dýrafjörður. Þórður had received intelligence that Kolbeinn would come to the Vestfirðir with a navy and so desolate the region.

When Þórður arrived in the west, he went first to Sandar. He gave Bárður the Svefneyjar — which had a value equivalent to 5400 ells of wadmal — and granted Bárður yet more honours.

During the Moving Days, Þórður went to Mýrar. At that time, Bjarni Brandsson lived there. Þórður told Bjarni that he wanted to make the farm his residence. Bjarni agreed and he and his household remained with Þórður over the winter.

Tólfti kafli

En millum þings og fardaga þá fóru þeir Björn og Hákon norður til Miðfjarðar. Þórarinn bjó þá á Bretalæk. Þeir komu þar árdegis áður menn voru upp staðnir, gengu inn þegar með brugðnum vopnum. Þórarinn spratt upp og fékk eitt sverð vopna og varðist bæði vel og lengi. Þar féll hann. Þeir ræntu því er laust var. Þar fengu þeir njósn af að Kolbeinn lét draga saman fjölmenni allt slíkt er hann fékk og svo stórskip. Setti hann þá Brodda mág sinn höfðingja yfir skipaliðinu. Skipti hann þá liðinu í tvo staði en hann ætlaði sjálfur að fara landveg. Var það þá eitt í orði að eyða Vestfjörðu svo að Þórður mætti þar eigi heldur friðland hafa en annarstaðar á Íslandi.

Þeir Björn fara nú vestur í Dali og sendu Þorgeir stafsenda til móts við Þórð. Þorgeir fann Þórð á Mýrum og segir honum víg Þórarins og slíka fyrirætlan Kolbeins er þeir höfðu frétt. Þórður reið heiman það sama kveld og ætlaði til Ísafjarðar og draga saman menn og skip.

Chapter Twelve

During the period between the Moving Days and the General Assembly, Björn and Hákon went north to Miðfjörður. Þórarinn lived then at Bretalæk. Björn and Hákon arrived there early in the morning, before men had got out of bed, and stormed into the house with drawn weapons. Þórarinn sprang up, picking up for himself only a sword for protection, and defended himself both well and for a long while. Nevertheless, there he fell. Björn and Hákon robbed the place of all loose goods.

At Bretalæk, they got intelligence that Kolbeinn had gathered together as many large ships and men as he was able to. Kolbeinn had appointed Broddi, his brother-in-law, as commander of the naval forces. He also divided his troops into two divisions and intended himself to command a land invasion. It was then said the plan was to desolate the Vestfirðir, such that Þórður might find as little sanctuary there as elsewhere in Iceland.

Björn and Hákon now went west to Dalir and sent Þorgeir stafsendi to meet Þórður. Þorgeir found Þórður at Mýrar and told him of the killing of Þórarinn and the news that they had heard of Kolbeinn's plan. Þórður left home that same night and headed for Ísafjörður to gather men and ships.

Þrettándi kafli

Ásbjörn Guðmundarson fór til Steingrímsfjarðar sem vér gátum fyrr. Tók hann ferju á Heydalsá. Fór hann þaðan norður fyrir Strandir allt til Trékyllisvíkur. Þar söfnuðust saman Strandamenn og vildu verja skip sín og önnur föng. Létu þeir þá Ásbjörn eigi ná á land að ganga og var þá grjótflaug og skotið spjótum og því öllu er laust var. En er þeir höfðu barist skamma hríð fengu Strandamenn af verra og gáfust upp. Tóku þeir Ásbjörn ferjuna Trékyllinn og annað skip gott er Hringaskúta var kölluð og allt það sem þeir þóttust þurfa.

Fór Ásbjörn þaðan og norður til Dranga. Þar bjó þá Gunnlaugur smiður Þorvaldsson. Hann átti tvo sonu röskva. Hét annar Auðun en annar Þorvaldur. Þeir voru vasklegir menn og þjóðhagir. Ásbirni þótti þeir verið hafa í óþykkju við sig en hinir mestu vinir Kolbeins. Ásbjörn lét taka þá báða bræður og handhöggva hvorntveggja þeirra, kvað þá nú skyldu með engar njósnir hlaupa á fund Kolbeins.

Fóru þeir Ásbjörn norður til Horns. Þar lét hann særa til ólífis einhleyping þann er Þóroddur hét og var kallaður kuggi. Var þar og enn ekki til saka annað en að hann vildi eigi laus láta vopn sín fyrir þeim Ásbirni. Tók hann þá öll þau skip er nokkur vöxtur var að. Fór hann þá vestur til Ísafjarðar.

Atli Hjálmsson hafði farið norður á Strandir eftir hval Þórdísar Snorradóttur. Hún bjó þá í Æðey. Atli fór norðan nok-

Chapter Thirteen

Ásbjörn Guðmundarson went to Steingrímsfjörður as we mentioned earlier. He took a ferry to Heydalsá. Ásbjörn went thence north along Standir all the way to Trékyllisvík. The Strandamenn gathered together to guard their ships and other property. They prevented Ásbjörn and his men from landing, throwing stones, spears, and everything else they could. However, after a short fight, the householders were subdued and they surrendered. Ásbjörn and his men then took the ferry Trékyllinn, another sturdy ship called Hringaskúta, and all else they needed.

From here, Ásbjörn sailed north to Drangar, where Gunnlaugur smiður Þorvaldsson lived. Gunnlaugur had two adult sons, one named Auðunn and the other Þorvaldur: they were tradesfolk and strong men. Ásbjörn thought they were hostile towards him and the best of friends with Kolbeinn. Thus, Ásbjörn had both brothers seized and a hand cut off from each, saying that they would think twice before running to Kolbeinn with information in future.

Ásbjörn and his men then went north to Horn. There the vagrant who was called Þóroddur and called kuggi was wounded to death on his orders. There was no reason for this other than that Þóroddur had refused to give up his weapon to Ásbjörn. He also seize all the ships there which were somewhat large. Then he went westwards to Ísafjörður.

kuð fyrr en gestirnir og vissu þó hvorir til annarra. Atli kom í Æðey með farminn og litlu síðar kom Ásbjörn í Æðey. Kvaddi hann þá Atla til ferðar með sér til móts við Þórð. Atli kvaðst fyrst vilja fara heim norður eftir vopnum sínum og klæðum.

Ásbjörn segir hann mundi vilja fara til liðs við Kolbein en vera í móti Þórði: Skaltu nú eigi svo lausum hala um veifast og bað sína menn höndla hann.

Þórdís Snorradóttir og Bárður Hjörleifsson vildu veita Atla og hélt þá maður á manni. Bauð Atli fyrir sig slíkt er hann mátti en Ásbjörn kvað hann þá deyja skyldu. Var Atli þá veginn. Hét sá maður Skeggi er að honum vó. Líkaði Þórdísi þetta verk verr en illa.

Fóru þeir Ásbjörn þá til Þernuvíkur og var Þormóður bróðir Atla eigi heima. Var þeim sagt að Þormóður væri að seli sínu. Kunnu þá eigi heimamenn að varast fyrir því að engi vissi Þormóði ótta von. Þeir Ásbjörn fóru til selsins. Gekk Þormóður út. Var hann þegar handtekinn. Hann spurði með hverju móti ferð þeirra skyldi vera. Ásbjörn kvað hann það brátt vita mundu og segir honum þá víg Atla bróður síns. Þormóður spyr ef nokkura hluti skyldi tjá að bjóða til lífs sér. Ásbjörn kvað þá ekki því mundi við koma því að drepinn var áður bróðir hans og kallaði hann aldrei trúan mundi verða. Þormóður kvað yfirbætur liggja til alls. Ásbjörn kvað þá ekki mundi tjá skreiðing. Þormóður skriftaðist og bjóst við dauða sínum. Þormóður lagðist eftir það niður. En sá maður hét Atli er hann vó og var Hallsson. Eftir víg Þormóðar fóru þeir Ásbjörn til skipa sinna og sigldu út eftir Ísafirði.

Þetta hið sama kvöld kom Þórður Sighvatsson í Arnardal í Skutulsfirði. Kom þá til hans Sigmundur Gunnarsson og nokkrir Þverfjarðamenn. Um kveldið sendi Þórður menn á hestvörð fram á Arnarnes. Og er þeir höfðu skamma stund verið á nesinu þá sáu þeir að sjö skip sigldu innan eftir Ísafirði. Riðu þeir heim sem skjótast. Spruttu menn í klæði sín og gengu ofan til sjóvar. Var þá umræða mikil hvað skipum þetta mundi vera. Var flestra manna ætlan að vera mundi skip þeirra Kolbeins manna. Bað Þórður menn hlaupa ofan á skerin og verja þeim landgöngu. En er skipin komu að landi þá kenndust menn. Gekk Ásbjörn þá á

Atli Hjálmsson had gone north to Strandir after a whale beached on Þórdís Snorradóttir's land. At that time she lived at Æðey. Atli had been up north slightly earlier than the Guests so had not met them then, but he and Ásbjörn were already acquainted. Atli came to Æðey with his cargo and a little later Ásbjörn arrived there too. Ásbjörn then asked Atli to journey with him to meet with Þórður. Atli said that he first wanted to travel north to his home to get his weapons and clothes.

Ásbjörn said that Atli was planning to go and join Kolbeinn and become Þórður's enemy, 'but I shall not allow you to do so'. He ordered his men to seize Atli.

Þórdís Snorradóttir and Bárður Hjörleifsson wanted to help Atli, and confronted the Guests with an equal number of men. Atli offered what his means permitted in exchange for his life, but Ásbjörn decreed that he must die. Atli was then slain. The man who was named Skeggi executed him. Þórdís judged this work to be worse than evil.

Afterwards, Ásbjörn and his men went to Þernuvík, but Atli's brother Þormóður was not home. They were told that Þormóður was in the livestock shelter. The household servants gave no regard to this because they did not know Þormóður was in danger. Ásbjörn and his men went to the shelter. Þormóður came out. He was immediately seized. Þormóður now inquired as to the purpose of their visit. Ásbjörn said that this would soon be known to him and told him of the killing of his brother Atli. Þormóður asked if there was anything he could offer in exchange for his own life. Ásbjörn said this could not be permitted given the slaying of his brother, which made it henceforth impossible to trust him. Þormóður noted that anything was possible, but Ásbjörn responded that naught would be gained from such pleading. Þormóður was then shriven and prepared himself for death, lying down afterwards. The man who was named Atli Hallsson killed him. After the killing of Þormóður, Ásbjörn and his men went to their ship and sailed away out of Ísafjörður.

That same evening, Þórður Sighvatsson came to Arnardalur in Skutilsfjörður. Then Sigmundur Gunnarsson and some of the Þverfjarðamenn came to meet him. During the evening, Þórður

land og þeir sveitungar. Sagði hann þá allt slíkt er í hafði gerst þeirra ferð. Þóttust það allir finna á Þórði að honum líkaði þessi verk lítt. Tók og alþýða illa á.

Litlu síðar um morguninn kom Eyjólfur Eyjólfsson. Sagði hann þá að hann hefði var orðið við skip þeirra Kolbeins manna á Hornströndum. Þórður gerði þá sína menn á alla vega frá sér til liðsafnaðar en setti njósn fyrir þá Kolbeins menn að hann yrði var um ferðir þeirra í þann tíma er þeir kæmu. Stefndi hann öllum skipum og mönnum saman á Sléttanesi í Selvogum. Komu þá saman þrír tigir skipa og þrjú alskipuð mönnum.

Heimti þá Þórður saman hina bestu menn og leitaði ráðs við þá hvað til ráðs skyldi taka. Spurðist þá og að þeir Broddi og Hafur Bjarnarson voru komnir undir Æðey átta skipum. Var Þórði þá mest um að leggja norður til móts við þá. Teiti Styrmissyni og Svarthöfða var meira um að leita suður á Breiðafjörð, segja þar allt í vinnast ef Kolbeini næðu, kváðu norður frá ekki mundu vera nema búkarla og fiskimenn og þá er ekki mannsmót væri að, sögðu og sem satt var að suður frá væru allir fylgdarmenn Þórðar þeir sem fræknastir væru. Var það þá ráðs tekið að Þórður hélt suður öllu liði sínu til Breiðafjarðar.

sent a horse guard out to Arnarnes. When these scouts had been on the headland for a little while, they sighted seven ships sailing towards them from Ísafjörður. The men rode home as fast as they could. Men leapt into their clothes and went down to the beach. Now there was much speculation as to what ships these would be. Most men thought that these would be the ships of Kolbeinn's men. Þórður asked men to rush down onto the skerries and prevent them from landing. However, when the ships came to land they recognized the men. Ásbjörn then came ashore, along with his company. He then told everything that had happened on their journey. It was felt by all that Þórður thought little of Ásbjörn's effort. Everyone else also deemed them evil.

A little later, during the morning, Eyjólfur Eyjólfsson arrived. He then told that he had become aware of ships bearing Kolbeinn's men at Hornstrandir. Þórður then sent men in all directions from himself to gather an army and posted sentries to watch out for Kolbeinn's men so that he became aware of their movements during the period of their approach. He summoned all of the ships and men together at Sléttanes in Selvogar. At that time, thirty ships were gathered together, three of which were fully crewed.

Next, Þórður summoned together all the best men and solicited their counsel as to what plan they should implement. It was discovered then that Broddi and Hafur Bjarnarson had arrived beneath Æðey with eight ships. Þórður favoured the option of sailing north to attack them most. Teitur Stymisson and Svarthöfði leaned more towards the option of heading south to Breiðafjörður, saying that all living there would fight if Kolbeinn came but that north of them all they would find would be no-one except for farmers and fishermen of no worth. They also noted, as was true, that all of Þórður's bravest supporters were at this time in the South. Consequently, the decision was made that Þórður should sail south with his whole army to Breiðafjörður.

Fjórtándi kafli

Nú er þar til máls að taka er Kolbeinn Arnórsson ungi hafði sent þá Brodda til Vestfjarða. En um veturinn áður hafði hann sent menn suður til Þóru Guðmundardóttur, móður Gissurar voru þeir fyrir þeirri ferð Einar Jónsson og Höskuldur Gunnarsson þess erindis að þeir tóku hernaðarsök af Þóru Guðmundardóttur á hönd Þórði og fjórtán mönnum öðrum. Riðu þeir Einar og Höskuldur til þings með þessi mál.

Kolbeinn reið upp á þing að dómum. Kom þar Hjalti biskupsson til móts við hann. Varð Þórður sekur og þeir menn allir fjórtán, Teitur Styrmisson, Hrafn Oddsson, Dufgussynir fjórir, Eyjólfur Eyjólfsson, Hrafn Sveinbjarnarson, Hákon galinn, Þorsteinn Þorbergsson. Var þetta illa ræmt af alþýðu. Þótti öllum í þessu sýnast hinn mesti ákafi og kölluðu þeir Þórður þetta flautasekt fyrir því að þeir Þórður höfðu náttverð einn í Tungu og höfðu flautir einar.

Eftir það ríður Kolbeinn Arnórsson og Hjalti biskupsson og Ormur Bjarnarson af þingi vestur til Breiðafjarðardala og höfðu nær sex hundruð manna. Sturla Þórðarson var þá í Sælingsdalstungu. Kolbeinn sendi þangað sína menn og bað þá drepa Sturlu. Hann fékk njósn og reið undan vestur til Saurbæjar. En er Kolbeins menn komu í Tungu var Sturlu leitað með brugðnum vopnum um öll hús og svo í kirkju. Var þá rænt því er laust var.

Chapter Fourteen

Now we must tell of Kolbeinn Arnórsson ungi who had sent Broddi and his men to the Vestfirðir. During the winter before, he had sent men south to Þóra Guðmundardóttir, the mother of Gissur — the leaders of this company were Einar Jónsson and Höskuldur Gunnarsson — with the aim of obtaining from Þóra Guðmundardóttir an accusation of looting against Þórður and fourteen other men. Einar and Höskuldur then went to the assembly to present the case.

At the assembly, Kolbeinn went to court and met Hjalti biskupsson. Þórður was outlawed along with all fourteen others, including Teitur Styrmisson, Hrafn Oddsson, Dufgus' four sons, Eyjólfur Eyjólfsson, Hrafn Sveinbjarnarson, Hákon galinn, and Þorsteinn Þorbergsson. This verdict was generally disapproved of and everyone thought this was entirely over the top. Þórður and his men called this the whipped-milk outlawry, because they had supped on nothing more than whipped-cream at Tunga.

Afterwards, Kolbeinn Arnórsson, Hjalti biskupsson, and Ormur Bjarnarson rode west from the assembly to Breiðafjarðardalur along with around 720 men. Sturla Þórðarson then lived at Sælingsdalstunga. Kolbeinn sent his men there and ordered them to kill Sturla, though Sturla learned of this and fled west to Saurbær. When Kolbeinn's men arrived at Tunga, they searched

Reið Kolbeinn þá með allan flokkinn vestur til Saurbæjar. En Sturla fékk sér skip í Tjaldanesi og fór þaðan út til Krosssunds. Komu þar til móts við hann Dufgussynir, Hákon galinn og þeir heimamenn Þórðar er suður þar höfðu verið. Riðu þeir Kolbeins menn þá ofan eftir Langey að sundinu. Og er þeir fundust skorti þar eigi illt orðtak er hvorir völdu öðrum. Riðu Kolbeins menn í fjöruna en þeir Sturla reru brott frá sundinu. Skildu þeir Sturla þar og Dufgussynir. Skyldi hann þá fara suður um fjörð í liðsafnað.

Kolbeinn Dufgusson og Hákon galinn reru inn til Ballarár og svo suður til Bíldseyjar og vildu vita hvað títt væri um hesta sína. Höfðu þeir þá og frétt af að Kolbeins menn höfðu fengið skip nokkur.

En Björn kægill og Jón Árnason voru í Tjaldanesi og reru inn til Akureyja og ætluðu að taka skip þau sem þar voru. En er þeir komu fyrir lendinguna þá sáu þeir menn hlaupa með vopnum uppi um eyna og upp um Kýrauga. Þeir kenndu að þar voru komnir Norðlendingar og hlupu þeir þegar á land. Voru þeir mjög svo jafnmargir. Þar var fyrir þeim Óttar bróðurson Guðmundar biskups. Þeir Óttar hlupu þegar á borg eina en þeir Björn sóttu að þeim og báðu þá upp gefast. Gáfu þeir Óttar þá upp vopn sín og gengu þeim til handa og fóru með þeim Birni. Reru þeir þá út til Fagureyjar.

Nú er þeir Kolbeinn og Hákon komu í Bíldsey voru þar menn fyrir og höfðu bundið hesta þeirra og ætluðu þá að leggja þá á skip. Hlupu þeir Hákon þegar upp á eyna. Þar var fyrir Jón Oddason er kallaður var skeggbarn og þeir níu saman. Stukku þeir upp frá sjónum og á borg eina og bjuggust til varnar en þeir Kolbeinn og Hákon héldu eftir þeim. Og þegar er þeir Kolbeinn komu að borginni hljóp Kolbeinn upp og tók Jón höndum og féllu þeir báðir saman ofan fyrir borgina. Var þá þegar unnið á Jóni. Hákon Bótólfsson greip af honum stálhúfuna og laust í höfuðið og var það högg svo mikið að Jón leiddi til bana fám dögum síðar. Eftir það voru þeir allir handteknir og flettir og höfðu þeir Kolbeinn þá heim með sér til Fagureyjar.

Ekki varð af liðsafnaði Sturlu og undu þeir Kolbeinn illa við það. Hafði hann verið kyrr meðan í Fagurey og hafst ekki að.

for Sturla with drawn weapons in all the houses and also the church. Then all the movable property was stolen.

Kolbeinn rode with his whole following west to Saurbær, but Sturla had got a boat from Tjaldanes and gone out to Krossund. There Sturla met the sons of Dufgus, Hákon galinn, and those of Þórður's retainers who had stayed in the South. Kolbeinn and his men rode down along Langey by the strait.

When they met, plenty of curses were exchanged between the two sides. Kolbeinn's men rode along the shore, but Sturla and his men rowed into the channel. Here, Sturla and the sons of Dufgus parted. Sturla was to go south of the fjord to gather troops.

Kolbeinn Dufgusson and Hákon galinn rowed into the fjord to Ballará and then south to Bíldsey to assess the horse situation. They discovered then that Kolbeinn's men had procured some ships.

Björn kægill and Jón Árnason were at Tjaldanes. They rowed close to Akrey intending to take the ships there. When Björn and Jón pulled up at the landing point, they saw armed men running across the island and up past Kýrauga. They immediately recognised them as Northerners, and immediately leapt ashore. The two sides were of equal numbers. Commanding the Northerners was Óttar, a nephew of Bishop Guðmundur. Óttar and his men ran onto a little hill. Björn and his companions attacked them and compelled them to surrender. Thus, Óttar and his men threw down their arms, yielded, and went with Björn. They rode over to Fagurey.

Now when Kolbeinn and Hákon arrived on Bíldsey, they observed some men who had tied up their horses, intending to load them into a ship. Hákon and his men immediately ran through the water up to dry land. The men already on the island numbered nine including their commander Jón skeggbarn Oddsson. Jón and his men rushed up from the beach to a hill where they prepared to defend themselves, but Kolbeinn and Hákon followed in hot pursuit. As soon as Kolbeinn arrived at the hill with his men, he ran up and tackled Jón: the two then tumbled down the hill. Jón immediately sustained a wound.

Fengu þeir þá njósn af að lið Kolbeins var komið í Arney og höfðu þeir eitt skip. Tók Sturla þá það ráð að gera mann vestur í móti Þórði og bað að hann skyldi hvata suður sem mest. En hann sjálfur og Dufgussynir reru inn til Arneyjarsunds fjórum skipum og ætluðu að verja Kolbeins mönnum sundið þar til er Þórður kæmi vestan. Var þar svo til farið að þröskuldur lá í sundinu en djúpt af út tvo vega. Var þar reitt að fjörum en eigi flóðum. En er þeir Sturla komu að sundinu lögðu þeir skipum tveim megin hjá þröskuldinum og ætluðu að grýta á þá svo að þeir næðu eigi utan að ríða. En er fjara tók hertu þeir Kolbeins menn á og riðu utan á þröskuldinn. Tók þá að mjókka sundið og mátti þá grýta á skipamenn úr báðum eyjunum. Hrukku þeir Sturla þá úr sundinu en Kolbeins menn riðu inn í Langey og fluttust þeir þá þegar inn yfir Krosssund. Eftir það riðu þeir þegar inn um Meðalfellsströnd og svo inn til Dala en Sturla fór heim í Fagurey.

Sendimaður Sturlu mætti Þórði í Flatey og segir Þórði hvað títt var suður þar. Þórður bað sína menn ferma hvert skip af grjóti. Tók hann þá heit mikið til guðs og talaði langt erindi og snjallt og herti alla í ákafa ef fundi manna bæri saman að hver skyldi duga sem mannlegast. Eftir það gengu menn á skip sín. Var þá bæði gert, siglt og róið suður um flóana. En er skipin sóttu suður undir eyjarnar þá sáu þeir Kolbeinn Arnórsson ungi og þóttust þegar vita að það mundi vera lið Þórðar. Þeir Þórður fundu einn bát er fiskimenn voru á og sögðu þeir slíkt sem í hafði gerst með þeim Sturlu og Kolbeins mönnum. Hélt Þórður þá út til Fagureyjar og fundust þeir Sturla þar.

Var það þá ráðs tekið að Teitur Styrmisson var sendur suður til Böðvars að beiða hann liðveislu. En þeir Þórður og Sturla héldu skipum sínum inn til Hólmsláturs. Skyldu Böðvar og þeir Teitur þar koma til móts við þá. Komu þeir Böðvar og Teitur að ákveðinni stundu. Fór þá sem fyrr að Böðvar vildi eigi veita Þórði móti Kolbeini. Lá Þórður þá um hríð undir Hólmsláturs-eyju með þrjá tigi skipa og hafði þá á fjórða hundraði manna.

En frá þeim Kolbeini er það að segja að þeir riðu inn í Hvammssveit og svo yfir í Laxárdal. Tóku þá að herja, meiða

Hákon Bótólfsson wrenched the helmet off Jón and smashed him in the head with such a strong blow that he died a few days later. Kolbeinn and his men arrested and robbed the eight remaining men and then took them over to Fagurey.

Nothing had come of Sturla's attempt to raise troops, which Kolbeinn and the others found most dissatisfying. He had remained quietly on Fagurey and not taken any action.

They now learned that a company of Kolbeinn's men had come to Arney in a ship. Sturla decided to send a messenger west to Þórður to ask him to come with all haste, before he and the sons of Dufgus rowed with four ships over to Arneyjarsund. Their intention was to trap Kolbeinn's men on Arney until Þórður arrived from the west. There was then a land-bridge running across the strait with deep water on each side. It was possible to ride across it when the tide was low but not when it was high. When Sturla and his men came to the strait, they posted ships on either side of the land-bridge, intending to throw stones at Kobeinn's men if they tried to cross to the mainland. When low-tide came, Kolbeinn's men mounted and rode out onto the land-bridge, and because the strait had narrowed they were able to stone the ships' crews from both islands. Sturla and his men then sailed away from the strait, and Kolbeinn's men rode towards the mainland across Langey and straightaway after onto Krossund, before riding along Meðalfellströnd to Dalir. Sturla, for his part, went home to Fagurey.

Sturla's messenger met Þórður on Flatey and told him the news from south of there. Þórður ordered his men to fill each ship with stones. He then made great promises to God and gave a long speech. He urged the most zealous of his men to have courage in their hearts if it came to battle. Now the men boarded ships and headed south across the bay, rowing with the sail raised. When the ships passed beneath the islands, Kolbeinn Arnórsson and his company saw them and instantly knew them to be Þórður's men. They met a fishing boat, and the fishermen aboard told them what had happened between Sturla's and Kolbeinn's men. Þórður then went over to Fagurey where he met Sturla.

menn en ræna fé. Ráku menn þá bú sitt á fjöll og forðuðu sér svo og fé sínu.

It was then decided to send Teitur Styrmisson south to Böð-var to ask for his support while Þórður and Sturla sailed with their ships to Hólmslátur. Böðvar and Teitur were to come and meet them there. Böðvar and Teitur arrived at the appointed time, but then, as before, Böðvar refused to support Þórður against Kolbeinn.

Þórður remained for a while under Hólmslátursey with 30 ships crewed with up to 480 men.

Concerning Kolbeinn and his men it may be said that they rode into Hvammssveit and so over to Laxárdalur. There they began to harry, mutilating people and looting property. People drove their livestock into the mountains and so managed to save themselves and their property.

Fimmtándi kafli

Tósti hét maður. Hann var fylgdarmaður Hjalta biskupssonar. Hann reið upp á hálsana fyrir sunnan Laxárdal að leita fararskjóta manna og þeir þrír saman. Þeir sáu hvar undan þeim voru rekin naut og hross og voru með þrír menn. Voru þeir allir slyppir. Sá maður hét Ingólfur er féið rak. Hann var mikill maður og sterkur. Hann sá að þeir mundu hvergi undan komast og bað að þeir skyldu renna á þá þegar er þeir mættu. En er þeir Tósti komu eftir þá báðu þeir þá Ingólf laus láta föngin. En Ingólfur kvað það eigi mundi að óreyndu og rann hann þegar á Tósta en þeir félagar þeirra sóttust í annan stað. Hvortveggi þeirra, Tósti og Ingólfur, voru sterkir menn. Fór þá svo með þeim að Tósti féll. Greip Ingólfur þá meðalkaflann á sverðinu, því er Tósti var gyrtur með, og hjó þá undan Tósta fótinn þar er kálfi var digrastur en annan í ristarliðnum í einu högginu. Eftir það flettu þeir þá alla vopnunum og hestunum en félagar Tósta fluttu hann til húss og segja Hjalta að Tósti hefði fengið áverka.

Þeir Hjalti sáu þá hvar menn slógu á engiteig. Lét Hjalti þá taka. Hét annar Áslákur en annar Árni. Þeir voru gamlir menn og heilsulitlir og höfðu þeir því eigi forðað sér. Hjalti lét hvorntveggja þeirra fóthöggva og mæltust þau verk illa fyrir. Þá lét Hjalti enn brjóta fótleggi í tveim mönnum í Laxárdal. Eftir það reið hann heim suður en Kolbeinn norður til Skagafjarðar.

Chapter Fifteen

There was a man named Tósti. He was a retainer of Hjalti biskups-son. Tósti rode up the ridge south of Laxárdalur with two other men to find and fetch horses. He and his men found that the horses and livestock were being driven away before them. Three unarmed men were walking behind the cattle. The one coaxing the cattle forward was Ingólfur, a big and strong man. Ingólfur realised that they would be unable to escape, and he urged his companions to lunge at them as soon as they got the chance. When Tósti reached them, he and his men demanded that they hand over what they had. Ingólfur replied that they would not do so without putting up a fight, and immediately leapt at Tósti. Concurrently, their respective companions began to grapple with each other. Tósti and Ingólfur were both hardy men, but it transpired that of the two Tósti fell. Ingólfur then seized the sword in Tósti's scabbard and struck off his feet with a single blow: cutting one where the calf was thickest and the other at the ankle. Then they stole the weapons and horses of Tósti and his companions. After that, Tósti's companions led him back to the farm and told Hjalti that Tósti had been wounded.

Hjalti and his men saw where some men were ploughing a meadow. Hjalti ordered them seized—one was called Áslákur, the other Árni—they were old and weak so had not ridden away. Hjalti had the legs of both cut off: this deed was met with

En er Þórður spurði þetta þá sigldi hann vestur til Barðastrandar. Gekk hann þá af skipum en lét menn fara með skipin hið ytra. Spurði Þórður að þeir Broddi og Hafur höfðu haldið skipunum norður úr Ísafirði og höfðu gert þar áður nokkuð hervirki en drepið engan mann. Fór Þórður þá heim til Mýra og allir menn til búa sinna. Var hann þá heima um hríð.

Var nú af látið að leita um sættir. Þótti þá sýnt að annar hvor þeirra Kolbeins mundi hníga verða fyrir öðrum.

strong disapproval. Hjalti also had the legs of two other men broken in Laxárdalur. He rode home to the South, while Kolbeinn returned north to Skagafjörður.

When Þórður learned of this, he sailed west to Barðaströnd and disembarked there, but had the ships continue along the coast. Þórður was told that Broddi and Hafur had sailed ships north of Ísafjörður and had damaged some property but had not killed anyone. Þórður then went home to Mýrar and all his men to their respective farms: he remained at home now for a while.

Efforts to seek out a peaceful settlement now ceased, and it was clear to everyone that one of either Kolbeinn or Þórður would soon need to give way to the other.

Sextándi kafli

Þenna vetur hafði Tumi Sighvatsson verið í Skálaholti með Sigvarði biskupi sem fyrr var sagt. En eftir þing er þeir Hjalti voru suður komnir reið Tumi leynilega að sunnan með þriðja mann og fór hann þá vestur í Flatey til fundar við Teit Styrmisson. Var það þá ráðið að þeir Tumi og Teitur skyldu þar eiga bú báðir saman.

En er Tumi hafði þar skamma stund verið þá hófu þeir ferð sína suður til Dala og voru tólf saman. Voru þar Dufgussynir, Björn og Kolbeinn. Þaðan fóru þeir suður til Borgarfjarðar og þá suður Gagnheiði þar til er þeir komu á bæ þann er að Ölfusvatni heitir.

Þar bjó sá maður er Símon hét og var kallaður knútur. Hafði hann frá blautu barnsbeini verið fylgdarmaður Gissurar Þorvaldssonar. Hann var á Örlygsstaðafundi með Gissuri. Hann var einna manna tillagaverstur við Sturlunga. Hann var og í Reykjaholti að vígi Snorra Sturlusonar. Voru honum þar eignaðir áverkar við hann. Með honum var og sá maður er Þorsteinn hét og var Guðinason, kjósverskur maður. Honum var og eignað banasár Snorra.

En þeir Tumi tóku bæinn og rannsökuðu þegar og fundu Símon í baðstofu og hafði hann þar gert reyk. Var hann út leiddur og höggvinn. Sá maður vó að honum er Gunnar hét og var Hallsson. Hann var kallaður nautatík. Þeir spurðu að

Chapter Sixteen

That winter, Tumi Sighvatsson had been at Skálholt with Bishop Sigvard as was told earlier. After the assembly, when Hjalti and his men had come south, Tumi secretly rode south with two men and he went then west to Flatey to meet with Teitur Styrmisson. Tumi and Teitur now decided that they would retain a household together.

Nevertheless, when Tumi had been there for a short while, the two broke up the household and went south to Dalir in a company of twelve, which included Björn and Kolbeinn, two of Dufgus' sons. The company continued to Borgarfjörður and over Gagnheiði, until they came to Ölfusvatn.

At that farm, there lived a man named Símon knútur. He had been Gissur Þorvaldsson's companion since early childhood, had been with Gissur at the Battle of Örlygsstaðir, and was most evil in his designs towards the Sturlungar. He was also at Reykholt when Snorri Sturluson was murdered and was thought to have dealt one of the killing blows. Staying with Símon at that time was a man named Þorsteinn Guðinason, who came from Kjós. Þorsteinn had also struck a blow on Snorri when he was murdered.

Tumi and his companions surrounded the yard and immediately began to search the farm. They found Simon in the sauna, which was filled with steam. Simon was led out and executed

Þorsteinn var í seli. Þangað reið Björn Dufgusson og þeir fimm saman. Þeir tóku Þorstein höndum og spurði Björn hver höggva vildi af honum hendurnar. Sigurður hét maður er kallaður var vegglágur. Hann var norrænn og hafði verið kertisveinn Skúla hertoga. Hann fór út hingað með Snorra og var þá í Reykjaholti er Snorri var drepinn. Hann bað fá sér öxina, sagði sér það þá í hug er þeir drápu húsbónda hans að hann skyldi gera einhverjum þeirra illt er þar stóðu yfir ef hann kæmist í betra færi um. Þorsteinn rétti fram höndina vinstri. Björn bað hann hina hægri fram rétta, kvað hann með þeirri mundi á Snorra hafa unnið, frænda hans, enda skal sú af fara.

Eftir það hjó Sigurður hönd af Þorsteini. Gerðu þeir eigi fyrir það meira að, að Þorstein mæddi blóðrás. Eftir það rændu þeir hrossum og lausafé. Og síðan riðu þeir vestur yfir heiði og svo til Dala. Fóru þaðan heim í Flatey.

by the man named Gunnar nautatík Hallsson. They were then told that Þorsteinn was in the livestock shelter. Björn Dufgusson rode there with four other men. They seized Þorsteinn and Björn asked who would cut his hands off. There was a man named Sigurd vegglav. He was a Norwegian and had been Duke Skule's squire. Sigurd had come to Iceland with Snorri and was at Reykholt when Snorri was killed. He asked the others if he could wield the axe, saying that he had hoped to have a chance to hurt one of the killers after they murdered his master, if the circumstances ever favoured it. Þorsteinn stretched out his left hand but Björn ordered him to extend the right instead, saying that Sigurd 'should cut off the hand' with which Þorsteinn had wounded his cousin Snorri.

After that, Sigurd sliced off Þorsteinn's hand, and then they began mocking him when he began moaning from the blood loss. They ransacked the farm for horses and movable goods and then rode back over the moor to Dalir, and thence home to Flatey.

Sautjándi kafli

Það var Ólafsmessudag að Þórður Sighvatsson spurði þessi tíðindi er nú var frá sagt og skipkomu í Dögurðarnesi. Því skipi stýrði Eyvindur brattur sonur Eyvindar skalla. Þórður fór þegar suður yfir Breiðafjörð við heimamenn sína og var nokkurar nætur við skip í Dögurðarnesi. Komu þá menn norðan úr sveitum og segja honum öll tíðindi þau er þeir fréttu, svo það og að Kolbeinn var heima og allt kyrrlegt. Frétti hann þá að allir menn sátu heima vestur frá Skagafirði, hver að sínu búi. Síðan sendi hann þá Nikulás og Hrafn Oddsson suður til Dala og skyldu þeir safna þar hestum sem leynilegast. En hann gerði það yfirbragð fyrir alþýðu að hann mundi fara vestur í fjörðu. En þegar er hann kom suður í eyjar þá lýsti hann því fyrir heimamönnum sínum að hann mundi snúa heim til Dala og þaðan norður á sveitir svo sem honum þótti sér fært vera lengst.

Snorri Þórálfsson er út kom með Þórði og fyrr var getið, hann var norðlenskur að ætt, voru þeir náfrændur hans Mörður hinn sterki og Ásbjörn Illugason og margir aðrir Norðlendingar, hann svarar þessu máli fyrst að hann vildi fara þessa ferð með Þórði ef hann skyldi ná að ráða griðum fyrir frændur sína. En Þórður kvaðst engum manni mundu griðum heita meðan hefði eigi meira vald en sagði þá mundu eigi hans orð stoða ef hann væri hvergi nærri. Snorri var og hinn stríðasti, kvaðst því að einu mundi fara ef honum væri áður þessu heitið. Skildu þeir

Chapter Seventeen

On the mass day of Saint Olaf, Þórður Sighvatsson learned the news which has just been reported and also concerning the arrival of a ship at Dögurðarnes. The captain of this ship was Eyvind bratt, a son of Eyvind skalle. Þórður immediately went south over Breiðafjörður with his retainers and encamped for a few nights by the ship at Dögurðarnes. Then men came from the northern districts and told Þórður all the gossip they had heard, including that Kolbeinn was at that time at home and keeping quiet. Þórður was also told that all the householders west of Skagafjörður were then at home, each at their own farms. Þórður now sent Nikulás and Hrafn Oddsson south to Dalir to gather horses as secretly as possible. Publicly he pretended that he was travelling back to the Vestfirðir. However, when he arrived on the islands he proclaimed to his retainers that he would go to Dalir and from there to the northern districts, as far as he could.

Snorri Þórálfsson — who accompanied Þórður back to Iceland as mentioned above, was from the Northern Quarter himself and had as close kinsmen Mörður hinn sterki and Ásbjörn Illugason and many other Northerners besides — responded first. Snorri said that he would join Þórður on this campaign if he could assure mercy would be granted to his kinsmen. But Þórður replied that he did not want to guarantee a truce for any

við það að Snorri fór vestur í fjörðu en Þórður fór leið sína suður
á Skógarströnd og svo inn til Dala.

Fann Þórður menn sína alla laugardaginn að Höfða við
Haukadalsá. Riðu þeir þá um kveldið, manni miður en hálfur
sétti tugur, suður um Bröttubrekku og suður yfir Karlsháls
um nóttina og svo upp eftir Kjarradal og komu fram drottins-
morgun í sólarroð til Fljótstungu svo að engi maður varð var við
reið þeirra um héraðið. Riðu þeir drottinsdagskveldið á Arnar-
vatnsheiði.

Annan dag viku var Lárentíusmessa. Þá skyldi vera manna-
mót fjölmennt að Giljá. Komu þar til Miðfirðingar og Langdælir
og Vatnsdælir og alþýða fyrir vestan Skagafjörð. Gekk þá sú frétt
að Þórður var farinn vestur í fjörðu úr Dögurðarnesi. Þótti þá
öllum vænt um það að þeir mundu mega vera í friði.

Þorsteinn Jónsson bjó þá í Hvammi. Þá var Eyjólfur son
hans nítján vetra. Hann var manna efnilegastur í þann tíma,
mikill maður og vænn. Manna var hann best á sig kominn,
sterkur svo að þá voru engir hans jafnaldrar þvílíkir. Hann var
þá ýmist heima með föður sínum eða heimamaður Kolbeins
að Flugumýri. Þá var á vist með Þorsteini í Hvammi Mörður
Eiríksson mágur hans. Hann átti Borghildi dóttur Þorsteins.
Þorsteinn átti Ingunni Ásgrímsdóttur. Þorsteinn og Mörður
höfðu verið á Örlygsstöðum með Kolbeini þá er Sighvatur féll
og synir hans. Merði voru eignaðir áverkar við þá feðga. Mörður
hafði á Örlygsstöðum spjót mikið sem þá var siðvenja. En þá er
þeir riðu norðan um Vatnsskarð þá ræddi maður um að spjótið
væri hlykkir einir.

Annar maður svarar er reið með þeim er verið hafði í ferð
með Merði: Það hefir hallast mjög í goðabeinunum. Þessi orð
hafði Þórður spurt og hafði þungan hug á Merði fyrir það.

Helgi hét maður og var Hámundarson. Hann bjó á Másstöðum.
Hann var annar bestur bóndi í Vatnsdal en Þorsteinn. Hann átti
Valgerði dóttur Kolbeins kaldaljóss. Hann var læknir mikill og
hafði enn verið á Örlygsstöðum móti Sturlungum.

Einar hét maður og var Hallsson. Hann bjó á Giljá. Hann
var hinn vasklegsti maður og var jafnan í ferðum með Kolbeini.
Hann hafði og verið á Örlygsstöðum í móti Sighvati.

man until they came into his power and that any promise to Snorri would be meaningless if he were not there to enforce it himself. Snorri continued insisting, stating that he would not come on the journey unless he had a promise beforehand. Thus they parted and Snorri returned to the Vestfirðir, but Þórður continued on his way south to Skógarströnd and so on to Dalir.

Þórður met all his men on Saturday at Höfði near Hauka-dalsá. They rode five-four strong south over Brattabrekka during the evening, and then by night over Karlsháls and up through Kjarradalur, and reached Fljótstunga shortly before dawn on Sunday morning. They travelled while it was dark so that no one saw them riding through the district. On Sunday evening, they rode over Arnarvatnsheiði.

On Monday it was the mass of Saint Laurence and there was a large meeting held at Giljá, to which came the Miðfirðingar, Langdælir, Vatnsdælir, and almost everyone from west of Skaga-fjörður. It was rumoured that Þórður had turned back from Dögurðarnes and returned to the Vestfirðir, and everyone was pleased to be living in a state of peace.

At that time, Þorsteinn Jónsson lived at Hvammur. His son Eyjólfur was nineteen years old. He was one of the most promis-ing men at that time, big and handsome, being so aesthetically pleasing and strong that none of his peers could match him. He was alternately at home with his father or serving Kolbeinn as a retainer at Flugumýri. At Hvammur, Þorsteinn's son-in-law Mörður Eiríksson was staying: he was married to Þorsteinn's daughter Borghildr. Þorsteinn's own wife was Ingunn Ásgríms-dóttir. Þorsteinn and Mörður had fought on Kolbeinn's side at the Battle of Örlygsstaðir, where Sighvatur and his sons fell. It was thought that Mörður had dealt them blows. Mörður had had a large spear at Örlygsstaðir, as was customary at the time. When they had returned north through Vatnsskarð, a man had commented on the spear's deformed shape.

Another companion who rode between then said that 'the bones of chieftains have bent it well.'

Þórður learned of these words and intended to kill Mörður for them.

Fig. 6. The rood cross (*Róðukross*) erected in memory of Brandur Kol-
beinsson. Source: *Wikimedia,* https://commons.wikimedia.org/wiki/
File:R%C3%B3%C3%B0oukross_-_Brandur_Kolbeinsson.JPG.

At Másstaðir a man named Helgi Hámundarson lived. He was the best householder in Vatnsdalur after Þorsteinn. Helgi was married to Kolbeinn kaldaljós's daughter Valgerður. He was a skilled healer and had also fought against the Sturlungar at Örlygsstaðir.

At Giljá, Einar Hallsson lived. He was an exceedingly brave man and always journeyed with Kolbeinn. He had also fought against Sighvatur at Örlygsstaðir.

Átjándi kafli

Nú er frá því að segja að Þórður reið á Arnarvatnsheiði drott-
inskvöldið og reið þá annan dag vikunnar allt að byggðinni í
Vatnsdal en um nóttina, er myrkva tók, ofan í dalinn. Var þá
tekinn fyrst bær á Haukagili og hafði hann þá fréttir að heima
voru bændur allir í dalnum. Var þá skipt liði í sveitir. Var
Ásbjörn fyrir sveit einni og með honum en fyrir annarri var
Teitur Styrmisson og Svarthöfði Dufgusson. Þar var og Egill
Sölmundarson og Einar Ásgrímsson. Voru þá átján menn í
hverri sveit.

Var þá umræða hvert hvorir skyldu fara. Vildu allir í Hvamm
síst fyrir sakir vinsælda Þorsteins. Þórður kvað það maklegast
að hann færi þangað er öðrum væri minnst um en þó veit eg
eigi, segir hann, þann mann fyrir norðan land að eigi sómi mér
betur yfir að standa en Þorsteini Jónssyni.

Fóru þeir Teitur og Svarthöfði með sveit sína á Másstaði.
Gestir skyldu ríða til Hofs og svo ofan fyrir vestan ána á Breiða-
bólstað og taka þann mann er Hallvarður hét og var Jósepsson
og ríða svo ofan til Hólavaðs og skyldu menn þar finnast.

Nú er þar fyrst frá að segja er Þórður reið í Hvamm og kom
þar nokkru fyrir sólarroð. Voru þar byrgðar hurðir allar en ekki
manna á fótum. Skipuðust menn þá fyrir dur allar en Hákon
galinn hljóp á hurðina fyrir þeim durum er næstar voru kirkju
og braut upp og við það vöknuðu heimamenn. Hljóp þá prestur

Chapter Eighteen

Now we must tell that Þórður rode up onto Arnarvatnsheiði on Sunday evening. On Monday he made it all the way to the district of Vatnsdalur. When it began to grow dark in the valley, he first surrounded the farm Haukagil, and then learned that all the householders in the valley were home. The army was now divided into companies. Ásbjörn commanded one company which included the Guests. At the head of another company were Teitur Styrmisson and Svarthöfði Dufgusson: in that group were Egill Sölmundarson and Einar Ásgrímsson also. In each company there were eighteen men.

Each company was now given instructions concerning where they were to go. Not everyone wanted to go to Hvammur because Þorsteinn was an exceedingly popular man. Þórður said that it would be most appropriate if he went to Hvammur as the others had little desire to do so and 'besides' he said 'there is no man other than Þorsteinn Jónsson in the north who it seems to me most worth killing'.

Teitur and Svarthöfði went with their company to Másstaðir. The Guests were to ride to Hof and then down the west side of the river leading to Breiðabólstaður, where they were to arrest a man named Hallvarður Jósepsson, and then continue down to Hólavað, where all the companies were to regroup.

upp og út í dyrin en þeir Hrafn og Nikulás tóku hann og báðu hann út ganga. Hann færðist milli hurðarinnar og veggjarins og vildi eigi út ganga. Og í því þá kom Mörður í dyrin og lagði út og enn fleiri menn með vopnum.

Í því hrukku þeir Hrafn út en hann varð laus presturinn og þá sóttu þeir að en hinir vörðust. Í því kom Þórður og bað að þeir skyldu ganga inn skörulega. Sá maður gekk fyrstur inn er Almar hét og jafnfram honum Kolbeinn grön en Þórður sjálfur og Hrafn og Nikulás gengu inn allir jafnsnemma. Þá hrukku þeir Mörður úr durunum og í skálann. Eyjólfur varð seint vaktur og vaknaði hann eigi fyrr en þeir Mörður hrukku í skálann.

Þá mælti Bárður prestur: Leitum til þeirra dura er til fjalls eru því að þar voru engir menn fyrir áðan.

Og svo gerðu þeir. Og er þeir komu að durunum var þar enginn fyrir. Hljóp Bárður prestur út, tók sér hest með söðli. Hann bað Eyjólf hlaupa á bak hestinum og ríða í fjallið sem skjótast en mér mun við engu hætt, segir hann.

Hljóp Eyjólfur þá á bak og reið undan.

En er þeir Þórður komu í skálann þá fékk Mörður áverka og komst við það út. Þá komu menn Þórðar að og særðu hann. Féll Mörður þá.

Þorsteinn bóndi komst og út og varð handtekinn. Var honum fylgt á fund Þórðar. Þorsteinn bað sér griða en Þórður kvað þá hafa skyldu þau grið sem þeir létu hafa Sighvat föður sinn á Örlygsstöðum. Þorsteinn kvað eigi Sighvat þar drepinn mundu vera ef hann hefði þar mestu um ráðið en kvaðst vilja bjóða Þórði alla hluti til lífs sér, þá er honum sómdu vel, en biðja ekki griða sér svo, að Þórði væru leiðindi í því. Áttu þá margir hlut að og voru tillagagóðir. Ingunni húsfreyju fór og allskörulega. Þórður segir að Þorsteinn skyldi grið hafa. Eftir það gekk Þórður til og sagði að eigi voru þeir fleiri í Norðlendingafjórðungi er hann hefði við verr haft áður en hann fór utan en eigi skyldi hann það meir ánýja en tak vopn þín og klæði og far með mér.

Og svo gerði Þorsteinn.

Eftir það gekk Þórður upp á völlinn og spurði hver þar lægi. Honum var sagt að þar var Mörður Eiríksson. Þórður bað Hrafn til ganga og sjá hve mjög hann var sár. Hrafn gekk til og spurði

First we must tell that Þórður rode to Hvammur and ar-
rived there a little before sunrise. All the doors were closed and
nobody came outside. Þórður posted men at all the entrances.
Hákon galinn charged into the door facing the church and broke
it down: the commotion roused the members of the household.
The priest sprang up and ran to the door. Hrafn and Nikulás
grabbed the priest and asked him to come outside. He did not
want to go outside and wedged himself between the door and
the wall. Concurrently, Mörður and several more men came to
the door and thrust out with weapons. Hrafn and Nikulás now
retreated, releasing the priest as they did so. Then they thrust
and parried back at those inside.

At that, Þórður appeared and told them to hurry up and breach
the house's entrance. The man who was called Almar — along
with Kolbeinn Dufgusson — crossed the threshold first. After
them, Þórður himself entered with Hrafn and Nikulás. Mörður
and his comrades then fled from the entrance and into the hall.
Eyjólfur woke up late, being roused only when Mörður and his
comrades retreated into the hall.

Now, Bárður the priest said 'let us find the door that exits
towards the mountain, for no men were barricading it.'

This plan they adopted, and on reaching that door, they
found no-one to be outside. Bárður the priest ran out and
grabbed a horse: he told Eyjólfur to leap on the horse and ride
up the mountain as fast as he could 'for I am in no danger.'

Eyjólfur mounted and rode away.

When Þórður and his men entered the hall, Mörður received
a wound but managed to escape. But Þórður's men followed and
continued striking him. Mörður then fell to the ground.

Þorsteinn the householder escaped but was caught and
brought before Þórður. Þorsteinn begged for mercy. Þórður re-
plied that Þorsteinn would receive such mercy as he had granted
to his father Sighvatur at Örlygsstaðir. Þorsteinn said that Sig-
hvatur would not have been killed on that occasion if he had
been the one making the decision. He declared that in order to
save himself he would grant Þórður all that he was able to, and
he did not cease pleading for mercy. Many now intervened and

að sárum Marðar en hann lést vera græðandi og beiddi sér griða. Hrafn kvað honum einsætt að búast svo við sem hann mundi eigi grið hafa.

Mörður spyr fyrir hvað Þórður var honum svo gramur svo vel sem með okkur hefir verið.

Hrafn segir hann mundi vita það að honum hefðu kenndir verið áverkar við þá feðga á Örlygsstöðum. Mörður kveðst eigi sannur að því. Hrafn fór þá og segir Þórði að Mörður var græðandi. Þórður bað þann mann er Árni hét að vega að honum og svo gerði hann. Hann var Eiríksson.

Bjarni hét maður, hann var Húnröðarson. Hann var særður til ólífis. Á þremur mönnum var þar öðrum unnið.

Þorsteinn fór með Þórði. Reið hann þá ofan eftir dal.

Þeir Teitur og Svarthöfði komu á Másstaði, skutu þegar stokki á dur og brutu upp hurðina. Hljópu þeir síðan í skálann. Helgi hljóp upp í því er hann varð var við ófriðinn og ætlaði til duranna. Hann var allra manna knástur. Hratt hann þeim af sér svo að þeir hrukku í setin af honum. Í því gat Svarthöfði tekið hann. Helgi beiddi sér griða og hafði þá fengið áverka. Þeir segja að engi kostur mundi griða vera, báðu hann rannsaka ráð sitt og tala við prest og svo gerði hann. Eftir það var Helgi leiddur út og vó sá maður að honum er Álfur hét og var Þorgilsson. Síðan rændu þeir hrossum og því sem innan gátta var og riðu þaðan út til Giljár og tóku þeir þar Einar Hallsson. Var höggvin hönd af honum og særður mörgum sárum öðrum. Rændu þeir þar og riðu þeir eftir það til Hólavaðs. Var Þórður þar kominn og svo Ásbjörn. Þeir Ásbjörn höfðu rænt öllu á Breiðabólstað öðru en ganganda fé. Hallvarður hafði undan komist en Lær-Bjarni var særður til ólífis. Á höfðu þeir unnið fleirum mönnum.

Reið þá Þórður vestur og allur flokkurinn. Var þá víða rænt því sem fyrir varð þar til er þeir komu í Miðfjörð. Þar lét Þórður engu ræna. Reið hann þá vestur til Hrútafjarðar um kveldið.

Tvennir voru þeir hlutir er Þórður bauð mestan varnað á, að þeir skyldu eira konum og kirkjum.

Reið Þórður þá vestur til Dala og svo til Saurbæjar.

supported Þorsteinn. Ingunn, the housewife, was most bold in this. Þórður then decreed that he would grant Þorsteinn mercy. After that, Þórður came over to him and said that there were not many men in the Northern Quarter with which he had hated more since he went abroad but that this would not continue any longer. 'Get your weapons and clothes and follow me' he said.

Þorsteinn did so.

Þórður then walked to the field and asked who was lying on the ground. The men there responded by telling him it was Mörður Eiríksson. Þórður asked Hrafn to go and see how badly wounded he was. Hrafn went to Mörður and asked what injuries he had, to which the latter responded that he could be healed and asked for clemency. Hrafn told Mörður that it would be best to prepare himself for mercy not being granted and to confess his sins.

Mörður asked why Þórður was so hostile towards him, 'as the relationship between us had been entirely positive.'

Hrafn responded that Þórður knew that Mörður had been ordered to deal wounds to Sighvatur and his sons at Örlygsstaðir. Mörður denied any part in this. Then Hrafn went to Þórður and told him that Mörður could be healed. Þórður ordered a man named Árni Eiríksson to kill him, and he did so.

There was a man Bjarni Húnröðarson who was fatally wounded, and three other men with injuries.

Þorsteinn joined Þórður's journey and they now rode down into the valley.

Teitur and Svarthöfði came to Másstaðir. They used a beam as a battering ram against the door and, on breaking it, they ran into the hall. Helgi sprang up when he noticed the disturbance and sought an escape. He was the strongest of all men. He pushed them off him so that they shrunk away from him. However, Svarthöfði found an opportunity to seize him. Helgi was wounded asked for mercy. They responded to this plea by saying that he would have no mercy from them and told him to search his conscience and have confession with a priest. He did so. Then Helgi was led outside and executed by a man named Álfr Þorgilsson. They took the horses and what there was in the

Þaðan fór hann út til Skarðs. Þaðan hvarf Þorsteinn Jóns-
son aftur og vann Þórði áður trúnaðareið. Skildu þeir þá með
vináttu. Fór Þórður þá aftur í fjörðu og til bús síns á Mýrar.
En er Eyjólfur Þorsteinsson komst í burt reið hann norður á
Flugumýri og segir Kolbeini þessi tíðindi.

Kolbeinn stefndi þegar saman mönnum og efldi setur. Hafði
hann ávallt einhverjar það sem eftir var sumars. Þótti honum
þá skjótara til eftirreiðar ef nokkur illvirki væru ger á héruðum
hans.

house. The men rode from there to Giljá and seized Einar Halls-son. They cut off Einar's hand, wounded him in other ways, and looted there. After that, they rode to Hólavað, where Þórður and Ásbjörn were already. Ásbjörn and his men had plundered Breiðabólstaður for all but the livestock. Hallvarður had escaped but Lær-Bjarni was fatally wounded, and several other men had been injured.

Þórður rode westward with the whole army, stealing all they could until they came to Miðfjörður where Þórður allowed nothing to be taken. In the evening he rode to Hrútafjörður.

Þórður gave a strong injunction to his men to spare two things: women and churches.

Þórður now rode west to Dalir and so on to Saurbær, from where he went to Skarð.

Here, Þorsteinn Jónsson turned back after swearing allegiance to Þórður, and they now parted in friendship.

Þórður went to his farm Mýrar in the Vestfirðir.

When Eyjólfur Þorsteinsson escaped, he rode north to Flugu-mýri and told Kolbeinn what had happened.

Kolbeinn immediately gathered forces and posted sentries. He retained levies of troops scattered in several places for the rest of summer, feeling that he would thus be able to deal with any invasion of his region much quicker.

Nítjándi kafli

En er Þórður hafði litla hríð heima verið þá sendi hann menn alla vega frá sér til mannkvaðar og var sú mannkvöð svo frek að hver vígur maður skyldi fara. Dró Þórður flokk þann allan til Saurbæjar. Stóð þá Sturla upp hið fyrsta sinni með Þórði frænda sínum. Voru þá og menn kvaddir allt um Dali fyrir vestan Bröttubrekku. Var orpið á það að lið Þórðar mundi vera á áttunda hundraði.

En er þeir komu í Ljárskóga þá spurði hann það að seta var að Ásgeirsá. Voru þeir þar fyrir Illugasynir, Ari og Rögnvaldur. Þá sendi Þórður til Teit og Svarthöfða með sex tigi manna að hleypa upp setunni. Riðu þeir norður til Hrútafjarðar um kvöldið og um nóttina á Miðfjarðarháls. Laust þá á myrkva svo miklum að mennirnir skildust. Komust þeir Teitur eigi betur en nítján menn norður á Auðunarstaði. Urðu þeir þá varir við, er á hestverði voru af norðanmönnum. Sýndist þeim sem fjöldi liðs væri að kominn. Hleyptu þá Norðlendingar á fjall er í setunni höfðu verið. Ásbjörn reið til Ásgeirsár og nokkrir menn með honum og sá að ekki gerði eftir að ríða.

Hurfu þeir Teitur þá aftur og riðu suður Holtavörðuheiði til Borgarfjarðar. Fundu þeir þá Þórð í Stafaholti. Reið Þórður þá með flokkinn allan á Ferjubakka og settist þar. Kom þá Böðvar Þórðarson utan frá Stað. Þorleifur Þórðarson kom og utan úr Görðum og hafði hvortveggi þeirra mikinn flokk.

Chapter Nineteen

After Þórður had been home for a little while he sent people out in all directions to raise troops: the order was that all able-bodied men should be conscripted. The army gathered around Þórður in Saurbær. It was on this occasion that Sturla first rallied to the side of Þórður his kinsmen, and people were summoned from everywhere in Dalir west of Brattabrekka. Altogether, the approximate strength of Þórður's forces was between 840 and 960 men.

When they came to Ljáskógar, Þórður discovered that there were sentries at Ásgeirsá. At the head of that company were Illugi's sons, Ari and Rögnvaldur. Þórður sent Teitur and Svarthöfði with a company of sixty men to disperse and push back the scouts. They rode north to Hrútafjörður in the evening and during the night along the ridge above Miðfjörður. The darkness was so profound that the army did not keep together, with the consequence that Teitur and his company arrived at Auðunarstaður numbering no more than nineteen. A group of Northerners guarding horses then spotted them, and it appeared to them that a great hoard had come. All the Northerners who had been keeping watch fled swiftly to the mountain. Ásbjörn and some companions now rode to Ásgeirsá but saw that there would be nothing to gained by pursuing them.

Mikjálsmessudag hafði Þórður fund í Stafaholti. Var þar Sturla, Þorleifur og Böðvar. Þórður krafði þá frændur sína liðveislu og ferðar norður um land eða ella suður um heiði svo að hann mætti rétta skaða sinn við aðra hvora. En þeir kváðust eigi mundu veita honum til hernaðar á aðra menn upp, sögðu að þeir mundu ríða til þings með honum að sumri og veita honum til einhvers úrskurðar svo að hann fengi sóma sinn. Þórður tók því vel og þakkaði þeim, kveðst þenna kost þiggja vilja þótt honum væri sá starfameiri.

Reið Þórður þá ofan á Ferjubakka og lét alla flokkana sofa undir Þjóðólfsholti um nóttina.

En um morguninn í dögun þá kom Hákon galinn ofan úr héraði er hann hafði verið á njósn. Sagði hann að Kolbeinn Arnórsson ungi hefði verið um nóttina í Fljótstungu með þrjá tigi manna. Þótti þá öllum að sýnu ganga að stórflokkar mundu komnir í héraðið.

Þórður bað þá halda saman flokkunum öllum um daginn. Hafði hann þá svo mikið lið að orpið var á tólf hundruð manna. En hann reið upp í héraðið á njósn að vita hvað títt var. Reið hann þá upp á Gilsbakka og frétti þar að Kolbeinn hefði riðið norður á heiði.

Gerði Þórður þá menn á njósn norður á Tvídægru en hann sat á Ferjubakka á meðan. En er þeir komu aftur segja þeir að setur væru þrennar í Skagafirði en kölluðu kyrrt allt annað, sögðu Kolbeinn hefði riðið norðan á njósn en engir höfðu til orðið aðrir. Þótti mönnum þar enn mjög sýnast hvatleiki Kolbeins að hann reið með svo fá menn að slíkum stórflokkum sem þar voru fyrir.

En er Þórður frá þetta þá dreifði hann flokkunum. Fóru þeir Böðvar og Þorleifur þá heim en Þórður reið vestur í fjörðu og Sturla.

Þóttust þá allir skilja, þeir er í þessari ferð höfðu verið með Þórði, að hann mundi verða hinn mesti höfðingi ef hann héldi sér heilum. Þótti og mönnum mikils um vert er hann hafði slíkum stórflokkum saman komið í svo fátækum sveitum.

Fór Þórður nú heim á Mýrar. Sat hann þá heima um veturinn allt um jól fram. En að jólum bauð hann til sín öllum bestum

Teitur and his company turned around and rode south over Holtavörðuheiði to Borgarfjörður, where they met Þórður at Stafholt. Þórður rode the whole force to Ferjubakki and remained there. Böðvar Þórðarson then came out from Staðastaður and Þorleifur Þórðarson from Garðar and each of those two had large companies.

On Michaelmas day Þórður held a meeting at Stafholt which Sturla, Þorleifur and Böðvar attended. Þórður demanded assistance from his kinsmen and their support on a campaign either to the North or South over the heath so that he could avenge his sufferings against one of their enemies. They replied that they did not want to aid him in waging war against others, but that they would ride to the assembly with him the next summer and help him to pursue a case there which would bring him honour. Þórður received this well and thanked them. He said that he would accept their proposal, even if it caused him more difficulty.

Þórður then rode down to Ferjubakki and had all his forces slumber under Þjóðólfsholt overnight.

The next morning as the sun rose, Hákon returned from the district where he had been posted as a sentry. He said that he had spotted Kolbeinn Arnórsson during the night at Fljótstunga with thirty men. Everyone thought that now it was likely that large armies would be facing off in the district.

Þórður then ordered the army to hold together for the whole day. He now had a great army: there were as many as 1,440 men. Þórður rode up to the district to seek out and know what news there was. He now rode up to Gilsbakki and discovered that Kolbeinn had ridden north up to the heath.

Þórður sent scouts northwards up to Tvídægra, but himself remained at Ferjubakki. When these men returned, they reported that while there were three sentries posted in Skagafjörður, all else was quiet. They also noted that Kolbeinn had ridden from the North to gather intelligence, but no others had come. People thought that Kolbeinn had been overly hasty in riding against such a large army with so few men of his own.

mönnum úr Vestfjörðum. Hafði hann þá veislu mikla á Mýrum. Strengdi Þórður þá heit og allir hans menn. Þórður strengdi þess heit að láta aldrei taka mann úr kirkju hverjar sakir sem sá hefði til við hann og það efndi hann. En er menn fóru í brott veitti hann mörgum mönnum gjafir. Voru þá allir meiri vinir hans en áður.

On hearing this, Þórður disbanded his army. Böðvar and Þorleifur returned home while Þórður and Sturla rode to the Vestfirðir.

All those who had participated in this campaign with Þórður now believed that he would become a great leader if he could keep himself away from harm. It was thought particularly estimable that he had been able to gather such a large army together from such impoverished districts.

Þórður now went home to Mýrar and wintered at home until shortly before Christmas. At Christmas time, he invited all the best men from the Vestfirðir to a feast at Mýrar. Þórður and all his men made promises. Þórður promised that he would never had a man taken from a church's sanctuary irrespective of what that person had done to him, and he would fulfill this pledge. As the attendees left, he gave them many gifts, and everyone was now in a state of more sincere friendship than they had been previously.

Tuttugasti kafli

Þenna vetur var Þórður Bjarnarson í Görðum með Einari Orms-
syni frænda sínum. Hann hafði verið með Órækju í Reykjaholti
að drápi Klængs Bjarnarsonar. Ormur Bjarnarson reið með tólfta mann í Garða til Einars.
Komu þeir þar síð um kvöldið í þann tíma er þeir Einar og
Þórður ætluðu að ganga til baðs. Tóku þeir Ormur Þórð þar
höndum. Leiddu þeir hann þá inn til stofu. Þórður varð við alla
vega sem best og vasklegast og bauð fyrir sig allt það er honum
sómdi. En þá er hann sá að Ormur vildi ekki annað hafa en líf
hans þá beiddist hann prestsfundar. Og svo var gert. Eftir það
var hann leiddur í ytri stofuna. Lagðist Þórður þá niður opinn
og bað þá hyggja að hvort honum blöskraði nokkuð. Ormur
fékk þá mann til að höggva hann. Sá hét Einar munkur. Eftir
það reið Ormur heim austur á Breiðabólstað.

Chapter Twenty

That winter, Þórður Bjarnarson was at Garðar with Einar Ormsson, his kinsman. He had been with Órækja at Reykholt when Klængur Bjarnarson was killed.

Ormur Bjarnarson rode in a company of twelve men to Einar at Garðar. They arrived there late in the evening at the time when Einar and Þórður intended to go and bathe. Ormur and his men arrested Þórður and led him into the sitting room. Þórður behaved best in all ways and offered in exchange for his life all that which would be honourable. However, when he saw that Ormur would not accept anything except for his life, he asked to meet with a priest. That was done. Afterwards, he was led into the outer room. Þórður then lay down on his back and asked them to watch to see if he blanched at all. Ormur then got a man to execute him. That man was named Einar munkur. After that, Ormur rode east to his home at Breiðabólstaður.

Tuttugasti og fyrsti kafli

Það er nú að segja þessu næst að Tumi Sighvatsson undi eigi í Flateyju. Fór hann þá inn til Meðalfellsstrandar að finna Snorra prest að Skarði Narfason. Hann var manna auðugastur í Vestfjörðum. Hann var og göfugur að ætt. Hann hafði verið alla ævi mesti ástvin Sighvats og Sturlu. Hann átti annað bú að Hólum á Reykjanesi. Voru þar fyrir synir hans, Bárður og Sigmundur.

Tumi beiddi Snorra að taka við búi að Hólum til fardaga. Snorri lét það uppi ef hann fengi honum handsalamenn þá er varða vildu að hann tæki þar við jafnmiklu fé að vori.

Tumi leitaði eigi eftir handsalamönnum en settist í búið að Hólum. Drifu þá til hans menn, Björn Dufgusson, Þorgeir stafsendi, Þorkell Einarsson dráttarhamar.

Þenna vetur í móti jólum tók að fækkast með þeim Þórði Sighvatssyni og Ásbirni Guðmundarsyni. Gerðist Ásbjörn þá svo stór að hann vildi nær jafnast við hann sjálfan. Bað Þórður hann þá gera annaðhvort, hafa sig í burt eða vera í hófi. Ásbjörn kvað hann eigi þurfa að reka sig í burt en kvað það vel fyrir því að sénar mundu vera framkvæmdir Þórðar þegar er hann færi í brott, sagði og að sá mundi heita mestur maður þeirra ávallt er hann var með.

Þorláksmessudag reið Ásbjörn í brottu og þeir þrír bræður, Grímur og Þorkell hnjóðhamar. Riðu þeir þá suður á Hóla. Tók

Chapter Twenty-One

Next, we must report that Tumi Sighvatsson did not feel satisfied on Flatey. He went to Meðalfellströnd and visited Snorri Narfason the priest at Skarð. Snorri was the wealthiest man in the Vestfirðir and of distinguished lineage. He had been the best of friends with Sighvatur and Sturla his whole life. Snorri had another farm at Hólar on Reykjanes. At that place his sons Bárður and Sigmundur lived.

Tumi asked Snorri if he could take over the farm at Hólar until the Moving Days. Snorri agreed to give it over to him through a handshake agreement on the condition that he receive an equal return of wealth in the spring.

Tumi did not bother to fetch guarantors but immediately set himself up at Hólar. Now men flocked to him, including Björn Dufgusson, Þorgeir stafsendi, and Þorkell dráttarhamar Einarsson.

This winter, around Christmas, a coolness arose between Þórður Sighvatsson and Ásbjörn Guðmundarson. Ásbjörn became so hubristic that he presented himself as almost Þórður's equal. Þórður told him to moderate his behaviour or get lost. Ásbjörn retorted that Þórður need not drive him away and that it would be well if Þórður realised how much of a nobody he would be without Ásbjörn, and that he would pledge himself always to the greatest man available.

Tumi þá við honum og var hann þar í góðu yfirlæti um jólin. Drifu þá að Tuma mjög margir menn aðrir.

Um veturinn á níu vikna föstu reið Tumi heiman af Hólum norður til Hrútafjarðar. Tók Ásbjörn það upp fyrir honum að hann skyldi vinna nokkur stórvirki og kvað þá eigi mundu þykja minna um hann vert en Þórð bróður hans. Þeir voru ellefu saman, fyrst Tumi og Ásbjörn, Grímur og Þorkell bræður, Björn kægill, Bitru-Keli, Bárður, Einar Oddason, Húnbogi svínsbógur, Bergþór Snorrason, Vestliði Bassason.

Tóku þeir þá það ráðs að þeir skyldu ríða norður á sveitir að nokkrum þeim mönnum er í sökum væru við Sturlunga.

En er þeir komu í Hrútafjörð til Fögrubrekku þá spurði Björn kægill Tuma hversu ferð sú væri ætluð.

Tumi segir að hann ætlaði að ríða norður á sveitir að bændum einhverjum.

Birni kvað þykja lið lítið en hestakostur engi: Þætti mér ráð að þú værir eftir en létir oss ríða þangað sem þér líkaði, kvað þar hóflegt til hætta.

Tumi lést ríða vilja. En þó kom þar að um síðir að hann varð eftir að Fjarðarhorni. Þeir spurðu hverju sætti.

Því að fyrirmaðurinn mun látast, sagði hann.

Það eitt mælti hann spámæli. En þar varð hann eftir í hlöðu.

En þeir Ásbjörn og Björn riðu norður til Miðfjarðar til Línakradals á þann bæ er í Múla heitir. Þar bjó sá maður er Magni hét. Hann var löngum heimamaður með Kolbeini á Flugumýri. Hafði hann þar verið um jólin. En er hann fór heim gaf Kolbeinn honum einn hinn besta hest, grán að lit, og skyldi hann halda njósnum til Þórðar þegar ef hann hrærðist nokkuð úr Vestfjörðum. Þeir tóku hús á Magna og brutu upp hurð og gengu inn. En er Magni varð var við að ófriðarmenn voru komnir á bæinn leitaði hann út um laundyr. Þeir urðu varir við manninn er undan þeim fór en myrkt var í húsunum. Magni komst út og hljóp af túninu. En er hann var skammt kominn frá húsunum þá sáu þeir Björn hann og hlupu eftir honum. Björn kægill komst á þann hest grán er Kolbeinn hafði gefið honum Magna en þeir hlupu sumir eftir honum. Björn komst fyrir hann. En er Magni sá að hann mundi eigi undan komast þá

On the mass day of Saint Þorlákur, Ásbjörn and his two brothers — Grímur and Þorkell hnjóðhamar — rode away. The brothers headed south to Hólar, where Tumi welcomed him. Ásbjörn remained there in comfort over Christmas. At that time, a large number of other men had also flocked to Tumi's side.

Over winter, during the nine week fast, Tumi rode away from Hólar and went northwards to Hrútafjörður. Ásbjörn suggested to Tumi that he perform some great work so that men would not think less of him than his brother Þórður. They numbered eleven men together: Tumi, Ásbjörn and his brothers Grímur and Þorkell, Björn kægill, Bitru-Keli, Bárður, Einar Oddason, Húnbogi svínsbógur, Bergþór Snorrason, and Vestliði Bassason.

They decided to ride north to those districts where lived some of the enemies of the Sturlungar.

When they came to Fagrabrekka in Hrútafjörður, Björn kægill asked Tumi what the purpose of their journey was.

Tumi replied that he wanted to ride into the northern districts to attack some of the householders there.

Björn replied by saying that, in his opinion, they were of little strength, and lacked horses, so 'I think it would be advisable if you remained behind and had us ride ahead to do your bidding, so that you do not come to any harm'.

Tumi said that he wanted to come, but the end of the matter was that he rode back to Fjarðarhorn. Everyone else asked Björn why he had asked Tumi to turn back.

He responded 'because the leader of this mission shall die.'

This was the only prophecy Björn ever spoke, but there were many further bad omens to come on that journey.

Ásbjörn, Björn, and the others rode north to Línakradalur in Miðfjörður to a farm called Múli. At Múli there lived a man named Magni, who had been an attendant of Kolbeinn's at Flugumýri for a long time and had stayed there over Christmas. When he left for home, Kolbeinn had give him an excellent horse, of grey hue, and he was instructed to inform Kolbeinn as soon as he set foot outside the Vestfirðir. They surrounded Magni's farm before smashing down the door and entering. When Magni became aware that enemies had arrived at the

snerist hann við. Hjuggust þeir Björn í móti og varð hvorgi sár. Björn hjó til hans í annað sinn og kom höggið fyrir ofan eyra á hálsinn og varð það mikið sár og banvænt. Eftir það tók Björn í fætur honum og sneri honum í loft upp og lagði sverði til hans og varð það lítið sár. Í því kom Ásbjörn að og spurði hví hann dræpi hann eigi. Hann kvaðst að hafa gert það er hann mundi. Ásbjörn gekk þá að honum og hjó af honum höfuðið. Síðan kom að Vigdís Markúsdóttir kona hans. Ásbjörn þerrði sverðið blóðugt á klæðum hennar en hún bað þeim margra fyrirbóna og bað guð hefna þeim skjótt sína mótgerð.

Eftir það sneru þeir aftur og spurðu að njósnarmaður Kolbeins var á Torfustöðum. Sá hét Ásgeir og var kallaður Kollu-Geir. Riðu þeir þangað og brutu upp útidurahurð og hljóp Ásbjörn inn og bað kveikja ljós. Kollu-Geir hljóp upp og greip sinni hendi hvort, handsax og spjót, og lagði hvorutveggju senn til Ásbjarnar. Kom annað lagið í bringuna en annað í neðanverða brynjuna.

Ásbjörn mælti þá: Takið þér djöful þenna, hann vill vinna á mér.

Ásgeir er tekinn og leiddur út. Ásbjörn hét þá á sína menn að nokkur skyldi til verða að drepa hann en engi varð til. Ásbjörn snaraði þá buklarafetil að hendi honum. Bað hann þá einhvern mann að halda en hann brá sverðinu og segir að hann skyldi láta höndina og hjó síðan og kom á handlegginn uppi við öxl. En sverðið renndi með beininu og skar úr allan vöðvann allt ofan í ölnbogabót. Var það allmikið sár. Ásbjörn vildi höggva annað en Björn bað hann láta vera. Var Ásgeir þá inn borinn og varð við sár sitt allhraustlega. Kom þar til svo mikil blóðrás að eigi varð stöðvað. Lést Ásgeir áður en þeir Ásbjörn riðu í burt.

Þessa sömu nótt kom þeyr mikill og hlupu vötn fram og leysti árnar. Og er þeir Ásbjörn riðu vestur Hrútafjarðarháls sjá þeir tröll eitt mikið og fór það í svig við þá. Varð þeim ósvipt við en Ásbjörn hrakti þá þar um. En er þeir riðu inn að Brandagili sjá þeir eld mikinn brenna í fjarðarbotninum og varð þeim þar illt við.

En er þeir Ásbjörn komu til Staðar í Hrútafjörð var flæður sævar. Var þá eigi reitt yfir vaðal. Var fjörðurinn eigi ruddur af

farm he searched for a way out through a secret doorway. They became aware that the man had slipped the net, though it was dark in the house. Magni escaped and ran away from the compound. However, when Magni came a short distance from the house, Björn and the others saw him and chased after him. Björn kægill mounted the gray horse Kolbeinn had given to Magni while the others ran after him, pursuing on foot. Björn passed Magni and wheeled the horse around to face him. When Magni saw that he would be unable to escape, he turned towards them. Magni and Björn then began striking at each other but neither one left an injury on the other. Björn then thrust at him a second time and now cut hit him in the neck just above the ear: a great and fatal wound. Next, Björn grabbed Magni's legs, flipped him on his back, and impaled him with his sword, though that wound turned out only to be a small one. While this was going on, Ásbjörn came over and asked Björn why he had not simply killed him. Björn replied he was finished, but Ásbjörn stepped forward and decapitated him. Then Magni's wife, Vigdís Markússdóttir came to them. Ásbjörn wiped his bloody sword on her clothes, and she spat a slew of curses at them and called on God to soon avenge the slaying.

After this, they turned for home, but discovered that one of Kolbeinn's sentries was posted at Torfastaður. This man's name was Ásgeir, though he was called Kolla-Geir. They rode there and broke down the outer door before Ásbjörn ran in and ordered the fire lit. Kollu-Geir leapt up and grabbed his seax in one hand and spear in the other, and began thrusting with each of his arms at Ásbjörn. One blow hit him in the chest and another in the lower part of his byrnie.

Ásbjörn then said: 'seize this devil, he seeks to wound me!'

Ásgeir was then arrested and led outside. Ásbjörn ordered that one of his men should volunteer to kill Ásgeir, but no one offered. Ásbjörn now wrapped the shoulder-strap from his buckler around Ásgeir's hand. Next, he ordered some man to hold it and he drew his sword, commenting that Ásgeir should lose the hand before slicing and severing the arm at the shoulder. The sword rent the bone and muscle all the way down to the elbow.

ísum en árnar ófærar hið næsta. Biðu þeir þar lengi um daginn fjörunnar. En er á tók líða daginn vildu þeir fyrir hvern mun vestur yfir ána því að þeim þótti eigi örvænt nema eftir þeim mundi riðið. Ráða þeir nú til vaðlanna og hverfa aftur. Ríða þeir nú upp með ánni og finna hvergi þar er þeim þætti yfir fært. Ásbjörn eggjaði að þeir skyldu á ríða og kallaði þá raga og kvað ekki áræði með þeim. Björn kvað ána ófæra því að hún lá á bökkum uppi. En er þeim voru minnst vonir hleypti Ásbjörn út á ána en hesturinn missti þegar fótanna og rak þegar í kaf hvorttveggja. En er Ásbjörn kom upp var hann af baki og hélt sér í stigreipin. En þeir er á landi voru réttu að honum spjótskaftið og er hann vildi þar til taka varð honum laus hesturinn. Drukknaði Ásbjörn þar og fannst eigi fyrr en um vorið eftir.

Síðan riðu þeir förunautar til vöðlanna og komust þar yfir um nóttina við illan leik og fundu Tuma í Fjarðarhorni. Riðu þeir síðan vestur til Dala. Fór Tumi heim á Hóla.

That was an almighty wound. Ásbjörn wanted to cut again but Björn asked him to let Ásgeir be. Ásgeir was then borne inside and dealt with his wound most manfully. There was so much blood loss and it could not be stymied. Ásgeir died and Ásbjörn and his companions rode away.

That same night there was a great thaw and the water level in the lakes and rivers rose dramatically. As Ásbjörn and his companions rode west over Hrútafjarðarháls, they saw a large troll cross the path in front of them. This made them feel uneasy, apart from Ásbjörn who criticised their lack of courage. When they rode into Brandagil, they saw a great fire burning at the head of the fjord and they became still more uneasy. When Ásbjörn and his companions came to Staður in Hrútafjörður, the sea was at flood-tide. At that time it was not possible to cross the ford on horseback. The fjord was not free of ice and the rivers were next to impassable. They waited for most of the day for the water level to drop.

Nevertheless, as the day drew on, they wanted beyond all else to get west over the river because they thought it would not be unlikely if men rode after them. They now aimed to ford the river and turned back. They rode now up along the river but found no place where they could cross. Ásbjörn urged them to ride across, calling them faggots and saying they lacked courage. Björn said the river was impassable

[*Here the text of Króksfjarðarbók begins anew*]

because it had burst its banks. But when they were least expecting it, Ásbjörn charged his horse out into the river but the horse immediately lost its footing and both were dragged beneath the surface. When Ásbjörn resurfaced he had fallen off the horse's back, though his feet remained in the stirrups. Those who had remained on dry ground lent out a spear shaft to him, but when he tried to grab it, he came loose from the stirrups. Ásbjörn drowned there and his corpse was not recovered until the following spring.

Fig. 7. Sauðafell in Dalir – Sturla Sighvatsson's home. Source: *Wikimedia*, https://commons.wikimedia.org/wiki/File:Sau%C3%B0afell_01. jpg.

Now the band rode to the ford and only just managed to crossed it during the night and found Tumi at Fjarðarhorn. They rode west to Dalir, and Tumi went himself from there to Hólar.

Tuttugasti og annar kafli

Þenna vetur hinn sama eftir jól bjó Þórður ferð sína vestan af Mýrum og fór norður til Ísafjarðar en hann sendi Hrafn Oddsson og Svarthöfða suður til Dala að segja vinum sínum að hann ætlaði að ríða norður til Skagafjarðar. Í þenna tíma tók að sækja svo mjög að Kolbeini unga það mikla mein er hann tók eftir Örlygsstaðafund. Það sótti hann svo fast að hann varð löngum banvænn af.

En þenna hinn sama vetur stefndi hann fjölmennan fund í Geldingaholti. Komu þar til allir hinir stærstu bændur í Norðlendingafjórðungi. Bauð Kolbeinn bóndum tvo kosti, talaði langt erindi og sagði deili á um vandræði þeirra Þórðar. Taldi þá upp mannalát þau er hvor þeirra hafði fengið fyrir öðrum. Kveðst þann kost vilja bjóða þeim annan að fara utan og gefa Þórði upp ríki öll og bæta honum svo föður sinn og bræður: Munuð þér þá verða að eiga yðvart mál á hans miskunn. Varir mig að yður mun Þórður gefast vel fyrir því að þá gafst Þórður mér best er eg hætti mest mínum hlut undir hann. Voruð þér þá og vinir, Skagfirðingar og hann.

Þeir kváðust þenna kost eigi vilja og kváðu þar tvennt til vera það er fyrir beit: Annar sá að við viljum öngum þjóna öðrum en þér meðan er þú lifir en hinn er annar að Þórði munum vér þykja hafa gert svo miklar sakir við sig að vér munum ekki bera mega þær refsingar er hann leggur á oss.

Chapter Twenty-Two

This same winter, after Christmas, Þórður departed Mýrar and travelled north to Ísafjörður. He sent Hrafn Oddsson and Svarthöfði to Dalir to let his friends know that he intended to ride north afterwards to Skagafjörður.

At that time, the great wound that Kolbeinn had suffered after the Battle of Örlygsstaðir began to pain him so greatly that he felt he was at death's door.

This same winter he summoned a meeting of the people at Geldingaholt. All the biggest farmers in the Northern Quarter came there to him. Kolbeinn offered the farmers two choices and delivered a long speech discussing the troubles between Þórður and them. He mentioned then the loss of men, which each of them had inflicted upon the other. Kolbeinn said that he wanted them to choose one of two alternatives. The first option was that he would go abroad and give up to Þórður his whole domain and so compensate him for his father and brothers, and 'you would then be obliged to have your affairs at his mercy. I am aware that Þórður will prove good to you, because Þórður proved best for me when I depended on him most. You were also friends then, the Skagfirðingar and him.'

They responded that they would never accept this alternative for two reasons: 'one is that we shall serve no-one other than you for as long as you live, and the other is that Þórður will consider

Kolbeinn sagði þann kost vera annan að þér haldið setum það sem eftir er vetrar, einni í Skagafirði, annarri í Vatnsdal, þriðju í Víðidal, væri og uppi almenningur þegar er sú njósn kemur sem líklegt væri að Þórður sé nokkur í nánd þeim. Bændur kváðust þenna kjósa mundu hvað sem þá kostaði að þeir héldu sér saman.

Þá mælti Kolbeinn til Þorsteins Hjálmssonar, sagði að hann vildi senda hann til Þórðar að leita um grið fram til þings. Þorsteinn kveðst eigi þá ferð mundu undir höfuð leggjast ef hann fengi til fleiri dugandi menn með honum. Kolbeinn bað hann kjósa mann með sér. Þorsteinn kveðst kjósa mundu Eyvind bratt stýrimann. Kolbeinn kvað svo vera skyldu.

Gengu þeir þá á tal þrír samt. Bað Þorsteinn að Kolbeinn skyldi gera fyrir guðs sakir að gefa honum nokkuð sættarefni að flytja til Þórðar. Kolbeinn kveðst vildu að hann flýtti jafnsætti. Þorsteinn sagði að Þórði mundi það eitt þykja jafnsætti að hann tæki eignir sínar allar. Kolbeinn kveðst allar að lögum fengið hafa og kveðst öngvar láta mundu fyrir dóma fram.

Eftir það riðu þeir Þorsteinn og reið Kolbeinn á leið með þeim til Jökulsár.

Þá spurði Þorsteinn Kolbein ef Þórður væri kominn á leið með flokk úr Vestfjörðum ef Kolbeinn vildi nakkvað auka boðin og yrði þeim flokki þá heldur hnekkt en áður.

Kolbeinn kvað Þorstein heyrt hafa tal þeirra bónda á fundinum og sitt en hversu sem með oss fór þá vil eg á það hætta að gefa Þórði frænda mínum upp allan Norðlendingafjórðung og ráðast frá með öllu. Vil eg að allir menn hafi þá frið, lífs grið og lima.

Þorsteinn bað hann segja Eyvindi þetta mál er hann var undan fram riðinn.

Kolbeinn kvað það öngu skipta hvort þetta vissu fleiri menn: Austmenn eru oft skjótorðir en eg vil þetta því að einu bjóða eða uppi láta að þú sjáir að vér höfum ófrið í annan stað.

Riðu þeir þá þar til er þeir komu vestur í Dali. Fengu þeir þá brátt njósn af að Þórður var vestan kominn. Fundu þeir Þórð að Skarði og gengu þeir Þorsteinn á tal. Bar Þorsteinn fram orðsending Kolbeins bæði um grið og sættir. Þórður kveðst engi

us to have harmed him so much that we will receive such retribution from him as we will be unable to endure.'

Kolbeinn now told them that the second option was that they were to post sentries for the rest of winter: one party in Skagafjörður, another in Vatnsdalur, and a third in Viðidalur, and always be ready to go immediately if intelligence was received that Þórður was likely to be somewhere near them.

The householders responded by saying that they would all hold to this condition, whatever the cost.

Next, Kolbeinn told Þorsteinn Hjálmsson that he would send him to Þórður to negotiate a truce until the assembly. Þorsteinn said that he would only go if Kolbeinn provided other good men to accompany him on the journey. Kolbeinn asked him to choose which man he wanted as a companion. Þorsteinn said that he would choose Eyvind bratt — a captain — and to this Kolbeinn agreed.

Then the three of them had a talk together. Þorsteinn asked Kolbeinn for God's sake to propose terms of reconciliation which he could convey to Þórður. Kolbeinn responded that he wanted to propose a peace settlement that would be of equal benefit to both sides. Þorsteinn replied that Þórður would only agree to a settlement that returned to him all his patrimony. Kolbeinn retorted that he had gotten all of that property legally and would not surrender them to anyone without a legal judgment.

Now Þorsteinn and his companion rode off and Kolbeinn accompanied them on the way to Jökulsá.

Þorsteinn inquired of Kolbeinn what concessions he would make if Þórður had an army with him from the Vestfirðir and needed to be prevented from attacking.

Kolbeinn replied that Þorsteinn had heard what had been said at the meeting with the householders, 'but' he said 'irrespective of what was decided there, I will offer to surrender the whole of the Northern Quarter to my kinsman Þórður, though I would ask in return that Þórður grant mercy to those living there and guarantee safety to them of life and limb.'

Þorsteinn asked if he could tell Eyvind when Kolbeinn rode away from them.

grið vilja, sagði og að hann vildi í öngra manna dóm leggja eignir sínar eða mannaforráð í Eyjafirði. Þeir Þorsteinn og Eyvindur þóttust þá skilja, að Þórður mundi ætla sér að ríða norður á sveitir, af viðurbúnaði þeirra. Urðu þeir og þess varir að Sturla mun þá og í ferð verða með Þórði. Lét Þorsteinn þá uppi öll þau boð er Kolbeinn bauð fremst. Eyvindur kveðst ekki þetta kunna að segja og kveðst eigi þessi boð heyrt hafa. Þorsteinn bauð eið sinn á ef Þórður vildi þá heldur trúa. Þórður gerði þá ráð sín og vinir hans. Lögðu margir gott til. Tók Þórður það af að hann seldi grið fram um páskaviku en játaði sættum, skyldi og þess vera skyldur að gera Þórði mann norðan um langaföstu ef hann vildi þessi sættarboð halda, svo og ef nokkur efni væru í.

Þorsteinn reið nú norður til móts við Kolbein en Þórður fór vestur í fjörðu.

En er Þorsteinn kom norður og bar upp erindi sín fyrir Kolbeini, nú kveðst Kolbeinn það aldrei mælt hafa að gefa Þórði upp Norðlendingafjórðung. Þorsteinn kveðst ekki annað flutt hafa en það sem Kolbeinn bauð honum hver raun sem til væri ger við hann.

Tók Kolbeinn þá grið fram um páskaviku en vildi ekki þá sætt er Þorsteinn hafði boðið Þórði af hans hendi.

Reið Þorsteinn við þetta vestur heim og líkaði stórilla og kveðst aldrei síðan skyldu fara með sættarboðum af Kolbeins hendi. Gerði hann þegar mann vestur til Þórðar og sagði honum hvað títt var. En er þetta fréttist mæltu menn allmisjafnt til Þorsteins.

However, Kolbeinn responded that there was nothing to gain from anyone else knowing this, and he said 'Norwegians are often loose-lipped, and I only want you to make this known or offer this if it is apparent to you that we shall be ravaged by warfare otherwise.'

Þorsteinn and Eyvind now rode west until they arrived in Dalir. They were soon told that Þórður had arrived from the west. They met Þórður at Skarð, and he and Þorsteinn began conversing. Þorsteinn presented Þórður with Kolbeinn's offer of both a truce and settlement. Þórður replied that he would neither agree to a truce nor would he allow custody of his property and authority in Eyjafjörður to be determined by any man. From this, Þorsteinn and Eyvind were able to discern that Þórður was planning to attack the North, and they discovered that Sturla intended to accompany Þórður on this campaign. Þorsteinn mentioned the concessions that Kolbeinn had offered. Eyvind stated that he could not confirm Kolbeinn had sanctioned such an offer. Þorsteinn said that he would swear an oath concerning the truth of the offer if it would convince Þórður of his sincerity. Þórður then kept his own counsel and that of his friends. Many were in favour of accepting the offer. He decided to agree to a truce over Easter week and accept the settlement offered by Þorsteinn. Kolbeinn was to send a messenger to Þórður during the long fast to notify him whether or not the agreement would be honoured.

Þorsteinn then rode back north to meet Kolbeinn, while Þórður returned to the Vestfirðir.

When Þorsteinn returned north and reported back concerning his errand, Kolbeinn denied that he had ever said he would give up the Northern Quarter to Þórður.

Þorsteinn stated that he had never offered anything to Þórður other than that which Kolbeinn had given him permission to everyone who asked him.

Kolbeinn agreed to a truce over Easter week, but refused to fulfil the settlement that Þorsteinn had offered Þórður on his behalf.

Fig. 8. Snorralaug at Reykholt — the home of Snorri Sturluson. Source: *Wikimedia,* https://upload.wikimedia.org/wikipedia/commons/5/5c/ Snorralaug10.JPG.

On hearing this, Þorsteinn rode west to his home. Þorsteinn was extremely dissatisfied and said that he would never again offer to negotiate a settlement on Kolbeinn's behalf. Þorsteinn immediately sent a man west to Þórður to tell him how things stood.

When this news arrived, men thought most unfavourably of Þorsteinn.

Tuttugasti og þriðji kafli

Um vorið í páskaviku átti Kolbeinn fjölmennan fund. Komu þar til Eyfirðingar. Sagði Kolbeinn þá öllum vinum sínum að þeir skyldu svo við búast að hann mun ríða vestur á sveitir þegar eftir páskaviku. Stefndi hann Eyfirðingum norðan að nefndum degi til móts við sig.

Kom norðan Hallur af Möðruvöllum, Þorvarður Þórðarson úr Saurbæ, Þorvarður Örnólfsson úr Miklagarði, Guðmundur Gilsson undan Hvassafelli. En er þeir komu vestur í Skagafjörð þá var þar lið saman dregið.

Réðust þeir þá til ferðar með Kolbeini Brandur Kolbeinsson frá Stað, og Broddi Þorleifsson mágur hans. Riðu þeir þá með flokkinn vestur til Langadals. Voru þar þá menn upp teknir og svo allt vestur til Miðfjarðar. Reið Kolbeinn þá vestur til Hrútafjarðar til Staðar og þar áðu þeir og höfðu þá þrjú hundruð manna.

Skipti Kolbeinn þá í tvo staði liði sínu. Setti hann höfðingja yfir aðra sveitina Brand Kolbeinsson og Brodda Þorleifsson. Riðu þeir til Laxárdals. Bað hann þá fara hermannlega og muna Vatnsdalsför. Var þá nefndur til Sturla Þórðarson að þeir skyldu hann drepa ef þeir næðu honum og Björn drumb Dufgusson.

Kolbeinn lýsti því að hann mundi ríða með sína sveit að Tuma Sighvatssyni á Reykjahóla og skyldu þeir finnast í Gilsfjarðarbotni þá er þeir riðu norður aftur.

Chapter Twenty-Three

In the spring, during Easter week, Kolbeinn held a large meeting. The Eyfirðingar attended this. Kolbeinn then told all his friends that they should prepare themselves to ride to the western districts immediately after Easter week. He summoned the Eyfirðingar from the north to meet with him on a named day.

From the north came Hallur of Möðruvellir, Þorvarður Þórðarson of Saurbær, Þorvarður Örnólfsson of Miklagarður, and Guðmundur Gilsson from Hvassafell. When they came west to Skagafjörður, the army was pulled together.

Brandur Kolbeinsson from Staður and Kolbeinn's brother-in-law Broddi Þorleifsson rode to meet with Kolbeinn for his journey. They now rode west with the army to Langadalur. Men continued joining the army all the way west as far as Miðfjörður. Kolbeinn rode now west to Staður in Hrútafjörður and when they counted the army there they found that it numbered 360 men.

Kolbeinn next divided his army into two companies. Brandur Kolbeinsson and Broddi Þorleifsson commanded one of these and they rode to Laxárdalur. He ordered them to go raiding to avenge the attack on Vatnsdalur, and it was strongly enjoined on them that they should kill Sturla Þórðarson and Björn drumbur Dufgusson if they laid hands on them.

En er þeir riðu yfir vöðla á Hrútafirði þá sáu menn reið þeirra fyrir vestan fjörðinn. Hljópu menn þá vestur til Dala og svo vestur til Saurbæjar.

Fór þá Sturla vestur til eyja en Böðvar frá Hvoli og Þorgeir stafsendir og Hallur úr Tjaldanesi fóru yfir á Hóla og sögðu Tuma að ófriðar var von.

Tumi brá við skjótt og lét setja fram skip og fékk þar menn til gæslu að eigi skyldi uppi fjara. En Björn Dufgusson kægil sendi hann inn í Króksfjörð og Þorkel Árnason og Halldór barm. Skyldu þeir þar halda hestvörð.

Þeir riðu á bæ þann er að Tindum heitir. Þar bjó þá Þórður Gilsson. Þaðan máttu þeir sjá inn fyrir Króksfjarðarmúla. Héldu þeir þar vörð.

Nú verður þar til að taka er fyrr var frá horfið að Kolbeinn reið út með Hrútafirði. Og er hann kom í Bæ til Torfa þá hljóp Gils son hans út og vildi gera njósn nábúum sínum. En þeir Kolbeinn sáu hann og riðu þeir eftir honum. Gegnir Illugason kom fyrst að honum og lagði þegar í gegnum hann. Þar lést Gils. Þótti þetta verk allillt því að þeir feðgar voru vandlega saklausir.

Þeir Kolbeinn riðu það kveld í Bitru og tóku þar alla bæi um nóttina. En um morguninn eftir riðu þeir til Kleifa og fengu þar sannar fréttir að njósn var allt gengin fyrir þeim á Reykjahóla. Þá sögðu margir að eigi mundi ríða þurfa lengra og báðu að aftur væri horfið, kváðu Tuma eigi mundu heima vera. Kolbeinn kvað ríða skyldu allt að einu, sagði Tuma heima mundu ef hann væri feigur.

Riðu þeir þá út með Gilsfirði. Þá bjó í Garpsdal Gunnsteinn Hallsson og Vigfús son hans. Þeir Kolbeinn létu þar alla hluti í friði en hvergi annars staðar og renndu menn grunum á fyrir hvað þetta var.

Annan dag viku riðu þeir í Gilsfjarðarmúla og þar særðu þeir til ólífis Jón son Halls Hallssonar.

Þeir riðu í Garpsdal og gerðu þar engar óspektir en þar létu þeir eftir nær sex tigu manna.

Þeir komu á Gróstaði. Þá mælti kona sú er Helga hét Jónsdóttir einmæli við Kolbein. Eftir það hreykti hann hestinn og kvað konuna vel segja.

Kolbeinn then proclaimed that he would ride with his contingent to Reykjahólar where Tumi Sighvatsson was, and that they should rendezvous at Gilsfjarðarbotn when they were to return north.

As they rode over the ford at Hrútafjörður, men now saw them riding west from the fjord. People then ran west to Dalir and also to Saurbær.

Sturla thus went out to the islands, as did Böðvar of Hvál. Þorgeir stafsendi and Hallur of Tjaldanes went over to Hólar and told Tumi that war was expected.

Tumi immediately prepared defences and he had a ship launched and instructed men to ensure that it was not beached when the tide went out. Concurrently, he sent Björn kægil Dufgusson, Þorkell Árnason, and Halldór barm into Króksfjörður. They were to hold a mounted guard.

They rode to the farm which is called Tindar. At that time, Þórður Gilsson lived there. From there they were able to see beyond Króksfjarðarmúli. They held their watch.

Now we must take up where we left off before with Kolbeinn riding out along Hrútafjörður. When he came to Torfi's place at Bær, his son Gils ran out, intending to warn his neighbours. However, Kolbeinn and his men saw him and rode after him. Gegnir Illugason reached him first and immediately stabbed him. There Gils died. This was thought an utterly evil deed because father and son were complete innocents.

Kolbeinn and his companions rode that evening to Bitra and took over the farm overnight. During the morning after they rode to Kleifar and got there reliable intelligence that news of their coming had gone ahead to Reykjahólar. At that, many said that there would be no point riding any longer and asked to turn back because Tumi would not be at home. Kolbeinn said they were all to ride as one and that Tumi would be home if he was fated to die.

They rode along Gilsfjörður. At that time, Gunnsteinn Hallsson and his son Vigfús lived at Garpsdalur. Kolbeinn left everything there untouched, but nowhere else, and people were suspicious as to what the reason for this was.

Þeir fundu fyrir Króksfjarðarmúla Halldór hornfisk og Ingiríði konu hans og Ólaf Brandsson. Gísli Barkarson reið fyrir. Hann bað Halldóri griða og kvað hann frænda Vigfúss. Kolbeinn spurði hann hvar njósnarmenn Tuma væru. Halldór kvað þá vera að Tindum og munu feigir, sagði hann. Þeir lustu Ólaf með öxi. Veður var kafþykkt og drífanda og mátti skammt sjá.

Að Tindum í Króksfirði voru njósnarmenn Tuma með hestvörð, þeir Björn kægill og Halldór barmur, Þorkell Árnason. Þeir sváfu í skála og voru vaktir er þeir Kolbeinn riðu í tún og komust út. Hljóp Björn inni á hestinn og reið út og í fjall upp og reið í dý og lét þar hestinn og rann þeim hvarf. Halldór komst seint á bak. Var hann veginn við húsin sjálf en Þorkell Bitru-Keli komst upp í tindinn og varðist þar drengilega. Þá komu sumir á bak honum í skarðið og vógu hann þar. En er Björn hugði að flokkurinn mundi um riðinn sneri hann úr fjallinu og ætlaði til skips er hann vissi að flaut undir bökkunum niðri. Hann hljóp í hendur þeim og tók Bersi Tumason hann. Þá kom Kolbeinn að, spurði hver þar væri. Þá var Björn kenndur. Kolbeinn bað drepa hann. Óttar snoppulangur vó hann.

Þá riðu þeir til Kambs og þá Magnús grið af orðum Halls af Möðruvöllum.

Ríða þeir þá fram í Króksfjörð til Bæjar. Þar bjó sá maður er Steinn hét og var Arason. Ari hét son hans og var hann nær tvítugum manni. Þeir feðgar sátu í stofu og gekk Ari Steinsson út er hann heyrði gnýinn og talaði við Hall Jónsson. Þá hljóp að Þorvarður matkrákur og hjó á höndina og í sundur handlegginn uppi í aflvöðvanum. Ari gekk inn og ristu konur klæði af honum. Steinn faðir hans sat öðrum megin í bekk og hafði lagið hendur á víxl á kné sér. Þá kom Matkrákur í stofuna og hjó með sverði á báðar hendurnar og af aðra en önnur loddi við og varð aldrei nýt.

Síðan riðu þeir á Gillastaði og þar bjó Halldór Einarsson. Hann hljóp til vopna er hann heyrði gnýinn af reiðinni og brá sverði en þeir særðu hann til ólífis. Þaðan riðu þeir til Reykjaness.

On Monday they rode to Gilsfjarðarmúli where they wounded Hallur Hallsson's son Jón to death.

They went to Garpsdalur and did no damage. There they left around sixty men.

They came to Gróstaður. Then that woman who is named Helga Jónsdóttir sought a one-on-one conference with Kolbeinn. After that he spurred the horses on and said the woman had spoken well.

Before Króksfjarðarmúli they met Halldór hornfisk, his wife Ingiríði, and Ólafur Brandsson. Gísli Barkarson rode at the front. He asked that Halldór be left in peace and said that he was a kinsman of Vigfús. Kolbeinn asked him where Tumi's scouts were.

Halldór said then that they were on Tindar and were doomed to die.

They hit Ólafur with an axe.

It was misty and sleeting, so it was only possible to see a short distance.

At Tindar in Króksfjörður, Tumi's scouts were keeping watch on horseback, these were: Björn kægill, Halldór barmur, and Þorkell Árnason. They slept in the hall but were awakened when Kolbeinn and his men rode into hayfield and fled. Björn leapt on a horse inside and rode out and up to the mountain. However, he got caught in a swamp, losing the horse there before running out of their sight. Halldór was slow mounting. He was killed by the house itself. Þorkell Bitru-Keli made it to the mountain peak and defended himself there bravely. Then some came up behind him on the mountain pass and they killed him there. When Björn thought that the company would ride away, he turned from the mountain and intended to head for the ship which he knew was afloat beneath the ridge. He ran right into them and Bersi Tumason seized him. Then Kolbeinn came there and asked who this was. Then it became known this was Björn. Kolbeinn ordered him killed. Óttar snoppulangur slew him.

From there they rode to Kamb where Magnús received mercy due to Hallur of Möðruvellir's advocacy.

They then rode further into Króksfjörður to Bær. There lived that man who was named Steinn Arason. His son was named Ari and he was nearly twenty years old. Father and son were sat in the sitting room, but Ari Steinsson went out when he heard the thump of hooves and spoke with Hallur Jónsson. Then Þorvarður matkrákur leapt at him and struck his hand, rending the arm up to bicep. Ari went inside and the women cut his clothes off him. Steinn, his father, sat on the other side of the living room on a bench and had his hands lay crosswise on his knees. Then Matkrákur came into the sitting room and struck both his hands with a sword and so that one was cleaved off and the other became permanently paralysed and so useless.

Next they rode to Gillastaðir where Halldór Einarsson lived. He grabbed his weapons when he heard the noise of riders and drew his sword but they wounded him to death. From here they rode to Reykjanes.

Tuttugasti og fjórði kafli

Á Hólum var það tíðinda þá er þeir Þorgeir komu með njósnina, sendi Tumi þá Björn á njósn. Hann lét og flota skipi miklu er þar var og ætlaði þar á að ganga ef tóm yrði til. Þar var kominn Böðvar Oddason og Þórálfur Kolbeinsson með honum og voru þeir þá farnir út á Miðjanes. Sendi Tumi þá eftir þeim og fóru þeir aftur á Hóla. Þar var margt manna fyrir og gengu þeir til matar um kveldið. Voru menn á húsum uppi á verði, Árni Snorrason og Þorsteinn djákni tittlingur. En er þeir höfðu matast um hríð þá kallaði Árni að menn riðu innan hjá Miðhúsum. Og er þeir riðu innan frá Miðhúsum þá voru menn úti á Hólum og þrættu um hvort vera mundi fénaður eða mannareið. Sýndist þeim er feigir voru að fénaður væri en konur sögðu að mannareið var. Þetta var týsdag fjórum nóttum fyrir Jónsmessu biskups. Tumi kvað þá Björn mundu þar fara. Þá var kallað að fleiri væru mennirnir. Tumi kvað þar mundu vera Króksfirðinga er hann hafði þangað stefnt. Þá var kallað að ófriður væri og sagt að sumir væru komnir til Kjarrbólagarðs en sumir á skeiðið. Þeir Tumi hljópu þá upp og út. Urðu þeir Tumi eigi fyrr búnir brott af bænum en hinir komu hið neðra gegnt Hólum en sumir innan að garði, sumir til skips en sumir af vellinum. Sumir hljópu til kirkju og fóru sundurlaust nær sér hver. Bárður Snorrason er kallaður var Skarðsprestur komst skammt af vellinum. Var hann veginn

Chapter Twenty-Four

When Þorgeir and his companions brought news to Hólar, Tumi posted Björn and some others out as sentries. He had a large ship put out to sea, thinking to use it to escape if he had the opportunity. Böðvar Oddason and Þórálfur Kolbeinsson had come there with him but they then travelled on to Miðjanes. Tumi sent for them then and they returned to Hólar.

There were many men there and they went to eat in the evening. Árni Snorrason and the deacon Þorsteinn tittlingur were in the house during the meal. After they had been eating for a while, Árni called out saying that men were riding by Miðhús. When they had ridden past Miðhús, men came outside at Hólar and they were concerned whether this would be cattle or horsemen. Those who were doomed to die thought they were cattle but the women said they were horsemen. This was Tuesday, four nights before the mass of Bishop Jón. Next Tumi said those travelling there were Björn and his men. Then someone shouted out that these were many men. Tumi said they would be the Króksfirðingar who he had summoned to him. Then someone called out that these were enemies and that some were heading for Kjarrbólagarður and some towards the path on the ridge. Tumi and the others leapt up and out. Tumi and his men did not make it beyond the farmyard as some were riding beneath them right across from Hólar and some had reached the yard. Some

skammt frá stöðli. Hann hafði leiddan inn hjá sér hest sinn og réð til þrisvar á bak að hlaupa, er hann var manna best hestfær, og komst öngvan veg upp. Hann hafði fengið á Örlygsstöðum tólf sár en nú þrettánda áður hann lést. Guðmundur biskup hafði vígðan hann til messudjákna. Og er hann var nývígður tók biskup hendi sinni í höfuð honum og mælti: Ekki mun þig, son minn, saka í höfuðið. Og var það svo. Hann var særður þrettán sárum og kom ekki í höfuðið. Stefán Bjarnarson vann á honum. Skammt þaðan var tekinn Böðvar frá Hvoli. Og kom fyrst að honum Þorsteinn göltur Illugason og tók Böðvar annarri hendi um háls honum en annarri milli fótanna og skaut honum að höfði í keldu eina. Þá kom að Ásbjörn Illugason og lagði hann með spjóti til bana og fleiri unnu þeir á honum. Þórálfur Kolbeinsson var særður til ólífis skammt þaðan í frá og fékk hann komist heim. Þorgeir stafsendir var þar fundinn ofan í mýrina og kom Ögmundur vandræðamágur eftir honum og hjó Þorgeir á bæði lærin áður hann komst af baki og varð hann ekki sár. Síðan komu fleiri að og sóttu hann en hann hjó sem hann horfði. Þeir unnu þó fleiri á honum en Ögmundur bar sér vígið. Grímur son Guðmundar Sólómonssonar var særður til ólífis skammt frá Biskupsbrunni og skreið hann í brunninn um nóttina og var heim færður um morguninn og fékk alla þjónustu. Árni Snorrason komst lengst í mýrarnar. Og var hann þar veginn og höfðu þeir heim höfuð hans með sér. Hjálmur af Víðivöllum og Ásgrímur Ormsson og Stefán tóku Tuma höndum og var hann lítt sár Stefán þessi var bróðir Þórarins balta og fluttu hann heim. Var hann lagður undir kirkjugarð. Þorkell dráttarhamar var þar fyrir, frændi hans, og gáfu þeir honum grið.

Kolbeinn var í stofu þá er Tumi kom heim. Gekk hann þá út til kirkjugarðsins.

Tumi settist upp og bað sér griða og bauð utanferð sína og það er Kolbeinn vildi þiggja.

En Kolbeinn þagði og allir aðrir um hríð. Skagfirðingar báðu hann hafa slík grið sem bræður hans höfðu haft á Örlygsstöðum.

Þá mælti einn maður: Ekki mun þurfa um sættir að leita.

of Tumi's men ran to the ship, some from the field, some ran to the church, and nearly everyone in the group scattered. Bárður Snorrason — known as the priest of Skarð — came a little way from the field. He was killed a little way from the milking shed. He had brought his horse close to him and tried three times to get on its back, but despite being an excellent horseman he could not mount. He had received twelve wounds at Örlygsstaðir and now got his thirteenth before he died. Bishop Guðmundur had ordained him as a mass deacon.

When Bárður was newly consecrated, the bishop placed his hand on his head and said 'my son, your head will never be injured.'

And that prophecy was fulfilled. Bárður was wounded thirteen times but none were on his head. Stefán Bjarnarson executed him. Not far from there, Böðvar of Hvál was caught. Þorsteinn göltur Illugason reached him first, grabbing his neck with one hand and between the legs with the other before throwing him head first into a bog. Then Ásbjörn Illugason arrived and stabbed him to death with a spear along with many others who put wounds on him. Þórálfur Kolbeinsson was mortally wounded a short distance away, even though he reached the house. Þorgeir stafsendi was found in the swamp and Ögmundur vandræðamágur chased after him and hit Þorgeir on both thighs before he dismounted, but he was not wounded. Then many others arrived and began to attack him and struck at those he could see. However, the many were able to wound him and Ögmundur ended up killing him. Guðmundur Sólómonsson's son Grímur was mortally wounded near to Biskupsbrunnur and he crawled into the spring during the night and was carried home during the morning and given the last rites. Árni Snorrason lasted longest in the swamp. However, he was killed there and they brought his head home with them. Hjálmur of Víðivellir, Ásgrímur Ormsson, and Stefán — the brother of Þórarinn balti — seized Tumi (who was only slightly wounded) and dragged him home. He was taken to the churchyard. Þorkell dráttarhamar, his kinsman, was already there and they had granted him mercy.

Kolbeinn gekk þá frá og kvaddi til Þórarin grautnef að vega að honum.

Tumi skriftaðist og mæltist vel fyrir. Síðan var hann leiddur suður frá kirkjugarði og höggvinn. Kastaði hann sér niður áður hann var veginn.

Kolbeinn var á Hólum um nóttina og rændu þeir hrossum og lausafé öllu. Riðu síðan brott eftir það og til Kleifa. Prestar tóku lík Tuma er hann var veginn og unnu því.

Kolbeinn was in the sitting room when Tumi came home. He went then out to the churchyard.

Tumi was on the ground and begged for mercy, offering to leave Iceland and grant whatever else Kolbeinn wanted. Kolbeinn and all the others were silent for a while. The Skagfirð-ingar said that he would receive the same mercy afforded his brothers at Örlygsstaðir.

One person then exclaimed 'you will get nowhere trying to settle here.'

Kolbeinn then walked away and ordered Þorarinn grautnef to execute him. Tumi confessed his sins and this was spoken well of. Then he was led south from the churchyard and execut-ed. He cast himself down before he was killed.

Kolbeinn remained at Hólar overnight. In the morning they ransacked the place for horses and all movable goods, before riding away to Kleifar. The priests took Tumi's corpse away with them after he was killed.

Tuttugasti og fimmti kafli

Kolbeinn sendi Brand Kolbeinsson og Brodda Þorleifsson mág sinn og Hafur Bjarnarson til Dala. Riðu þeir ofan Laxárdal og höfðu á öðru hundraði manna. Þeir komu á Dönustaði og var þar ekki manna heima. Brandur fór og hans sveit fyrir norðan ána ofan og voru menn hvergi heima því að njósn hafði komið, sú er Þórður víti hafði gert.

En þeir Broddi og Hafur riðu fyrir sunnan ána og komu í Gröf og hljópu þar inn. Þar bjó þá Jón son Páls Mássonar. Hann hafði skeint sig og lá í rekkju. Og særðu þeir hann til ólífis og dó hann af þeim sárum um sumarið.

Þaðan riðu þeir á Leiðólfsstaði. Þar bjó Hallur son Halls Hallssonar. Hann hafði farið á fjall um nóttina. Var hann þá kominn til matar. En er hann var mettur bað móðir konu hans hann verða í brottu, kvað þar fara óvina fylgjur. Hann kvað sig syfja mjög. Og er hann vildi upp standa féll hann af út sofinn. Þá var morgnað.

Litlu síðar komu þeir Broddi þar og brutu upp hurðina og hljópu inn. Hallur varð allvel við og varði sig drengilega. Hann hörfaði undan til fjóss og fékk lag í gegnum hið efra holið. Síðan komst hann út fjósdyr og stefndi ofan til ár. Hún var óreið. Þeir riðu þá eftir honum og höfðu hesta góða. Tóku þeir hann niðri í mýrunum og særðu hann þá enn mörgum sárum til bana.

Chapter Twenty-Five

Kolbeinn sent Brandur Kolbeinsson, his brother-in-law Broddi Þorleifsson, and Hafur Björnsson to Dalir. They rode down through Laxárdalur with between 120 and 240 men. They came to Dönustaður where no-one was at home. Brandur and his company went down north of the stream, but nowhere was anyone at home, because a message from Þórður had come to warn them.

Broddi and Hafur rode south of the river and came to Gröf, which they entered. Jón, the son of Páll Másson lived there. He had injured himself and was recovering in bed. They dealt him a deadly wound from which he died during the summer.

From there, they rode to Leiðólfsstaðir. At that place lived Hallur, the son of Hallur Hallsson. He had gone to the mountain during the night but was then at home to eat. After he finished eating, his mother-in-law told him to run away telling him that the daemons of his enemies were heading towards them. He responded by telling her that he was utterly exhausted. When he tried to get up, he fell into a slumber. It was then morning.

A little while later, Broddi and his men came to the farm, broke down the door, and entered. Hallur fought them manfully and defended himself with valour. He managed to escape to the stable where he received a blow to the upper chest. He was able to flee out through the stable door and headed down the path

Eftir það riðu þeir á Höskuldsstaði og hljópu þar inn. Gunn-laugur bóndi lá í utanverðum skála og húsfreyja en öðrum megin gegnt lágu þeir Ari son hans og Þórður son Lauga-Snorra. Þeir sneru að því rúminu og lögðu sverðum upp í rúmið og skeindist Þórður á fæti. Síðan tóku þeir þá og leiddu út að hárinu. Var Ari þá lostinn í andlitið með buklara og varð hann sár af því. En þeir lögðu fetil á hönd Þórði og ætluðu af að höggva áður Þorbjörn Sælendingur og Þorsteinn lýsuknappur bróðir hans fengu grið til handa öllum þeim því að þar voru tengdir í millum. Síðan létu þeir Þórð ríða til vaðs með sér.

Og er þeir komu í Hjarðarholt voru þeir Brandur þar fyrir og voru í svefni og höfðu þeir á öngum mönnum þá unnið. Björn var eigi heima og hvergi karlar á bæjum.

Riðu þeir Brandur þá inn til Hvamms og sáu þar mann undir hlíðinni upp frá Akri. Var þar Þorleifur son Gils Þorleifssonar. Hann vildi hlaupa undan og í fjallið er hann sá þá. En þá kom á hann herfjötur og kunni hann ekki að ganga nema í móti þeim og þó seint. En er þeir fundu hann vógu þeir hann.

Sneru þeir þá upp til Tungu og komu þar mjög á óvart og komst Helga húsfreyja kona Sturlu nauðulega í kirkju með Snorra son sinn er þá var fjögurra vikna. En þeir unnu á þeim manni er Valbjörn hét, særðu hann þremur sárum og rændu þar til tuttugu hundraða með því er spillt var.

Kerling ein var þar í Tungu með Jóreiði húsfreyju. Hún kvað vísu þessa um þá flokksmenn:

Beinir Brandr til rána,
bróðir Páls, í hljóði.
Hykk að hvergi þykki
hvinn Broddi þó minni.
Hér var ólmr með hjálmi
Hallvarðr of dag allan.
Hann mun hefðarvinnu
Hafr Bjarnarson varna.

Síðan riðu þeir til Saurbæjar hvorirtveggju. Leituðu þeir Sturlu í kirkju í Tungu og svo að Staðarhóli er þeir komu þar. Þeir riðu

to the river. It was impassable. They pursued him on good horses. They tracked him down in the marsh and dealt him many wounds until he died.

Afterwards, they rode to Höskuldsstaðir and entered there. Gunnlaugur the householder lay in the outer part of the hall with his wife, but on the other side — opposite them — lay his son Ari, as well as Þórður, one of the sons of Snorri from Laugar. They turned towards this bed and thrust their swords down into it, such that Þórður received a wound on his leg. Then they grabbed their hair and dragged them by it outside. Ari was struck in the face with a round shield and injured by this. They wrapped a strap around Þórður's hand and intended to sever it until Þorbjörn Sælendingur and his brother Þorsteinn lýsuknappur secured mercy for all of them because they were relatives. Subsequently, they had Þórður ride to a ford with them.

When they arrived at Hjarðarholt, Brandur and his men went inside and slept. They had not assaulted any men thus far. Björn was not at home and there were no other men at the farm. Now Brandur and his companions rode to Hvammur and spotted men under the slope above Akur. There was Þorleifur's son Gils Þorleifsson. He wanted to run down and to the mountain when he saw them. But then he froze in panic and knew of nowhere to go except towards them, and this he did slowly. When they met him they slew him.

They now turned up towards Tunga and arrived there totally out of the blue. Helga the housewife, Sturla's spouse, barely made it with her four-week-old son Snorri to the church. Then they attacked a man named Valbjörn, giving him three wounds, and stole property worth the equivalent of 2,400 ells of wadmal including that which was damaged.

There was an old housewife at Tunga named Joreiður, she muttered this verse about the band of warriors:

Brandur — brother of Páll — leave
or pillage quietly.
I do not think that Broddi
is any less of a thief.

á Bjarnarstaði og eltu þar í fjall upp Þorfinn í Múla og Þjóðólf Þorgeirsson. Þeir fundust í Tjaldanesi og þeir er Svínadal höfðu riðið. Riðu þaðan inn til Kleifa og þar fundust þeir Kolbeinn allir og höfðu drepið þrettán menn í þessi ferð en særða marga. Eftir það riðu þeir til Hrútafjarðar. Loðinn hét maður er bjó að Fjarðarhorni. Hann ginntu þeir úr bænhúsi og fóthjuggu. En hér eftir þessi verk reið Kolbeinn heim á Flugumýri og undi vel við ferð sína og þótti sjá verið hafa hin mesta herferð.

All day, Hallvarður has
been a savage in a helmet.
Hafur Bjarnarson will ensure
that nothing honourable occurs.

Then both companies rode to Saurbær. They searched for Sturla
in the church at Tunga and also at Staðarhóll when they arrived
there. They rode to Bjarnarstaðir and chased Þorfinnur of Múli
and Þjóðólfur Þorgeirsson up onto the mountain. On Tjaldanes
they met also those who had ridden to Svínadalur. From there
they rode to Kleifar where they all met Kolbeinn. On this jour-
ney then had killed thirteen men and wounded many. After that
they rode to Hrútafjörður. There was a man named Loðinn who
lived at Fjarðarhorn. They enticed him out of the chapel and cut
off his foot. After this was accomplished, Kolbeinn rode home
to Flugumýri and was very pleased with his journey, thinking it
had been the most successful campaign.

Tuttugasti og sjötti kafli

Eftir dráp Tuma sigldu menn hans vestur til Flateyjar. Var þaðan ger njósn vestur í Arnarfjörð. Var Þórði sú sögn borinn að Tumi mundi vera í kirkju en Kolbeinn sæti um kirkjuna. Þórður bað menn sína þegar herklæðast og ganga til skips. Var ýtt skipinu og kafði þegar fyrir hvassviðri og gengu menn þá heim aftur. Hét Þórður þá á guð að veðrið skyldi lægja og jafnskjótt féll veðrið. Fór Þórður þá á skipi inn til Otradals.

Voru þar þá komnir menn af Barðaströnd og sögðu þeir öll tíðindi þau er gerst höfðu í ferðum þeirra Kolbeins og svo það með að Þuríður Ormsdóttir var komin í Flatey með son þeirra Tuma er Sighvatur hét og vildi hún finna Þórð sem fyrst. Fór hann þá að finna hana sem hvatast í Flatey.

Komu þá og innan úr Króksfirði menn Þórðar. Þeir höfðu handtekið mann er Loðinn hét og var Ingimundarson. Hann hafði verið með Kolbeini í Hólaferð. Lét Þórður leiða hann norður í Ferjuvog og fékk til þann mann er Þorkell hét að vega hann. Hann var bróðir Ásbjarnar Guðmundarsonar og Gríms.

Þuríður spurði Þórð að um fé það er þeir Tumi höfðu átt, hversu hann vildi því skipta. Þórður kveðst ætla að það mundi lítið til skiptis þó að þeir hefðu átt þar lönd nokkur báðir samt í Dölum. Þykir mér það ráð, sagði hann, að þú hafir fé það er við eigum í þessum sveitum en eg hitt sem fæst af félagi okkru Kolbeins.

Chapter Twenty-Six

After the killing of Tumi, his men sailed west to Flatey. From there information was sent west to Arnarfjörður. Þórður was then passed a rumour that Tumi was holed up in a church surrounded by Kolbeinn.

Þórður ordered his men to immediately don armour and board ships. One ship set sail but was immediately sank by bad weather, so everyone returned to the yard. Þórður then called on God to calm the storm and immediately it ceased. Þórður went on a ship to Otradalur.

Men had come there from Barðaströnd and they told everything that had happened on Kolbeinn's journey and also that Þuríður Ormsdóttir had arrived at Flatey with her son by Tumi who was named Sighvatur and that she wanted to meet with and speak to Þórður straightaway. He then hurried to Flatey to meet with her.

Þórður's men then arrived from Króksfjörður. They had arrested a man named Loðinn Ingimundarson — he had been with Kolbeinn in the expedition to Hólar. Þórður had him taken north to Ferjuvog and executed by Þorkell, the brother of Ásbjörn Guðmundarson and Grímur.

Þuríður asked Þórður about the property that he and Tumi had owned jointly and how he wanted to divide it. Þórður replied that there could not be much worth splitting, even though

Og því játaði hún og þau handsöl áttust þau við. Þótti Þuríði þetta gert af ástúð við sig. Skyldu þar og undirskild öll manna- forráð, ef til þyrfti að taka, þau er Sighvatur hafði átt. Var Nikulás Oddsson vottur og Teitur Styrmisson, Kolbeinn grön, Hrafn Oddsson og margir aðrir.

Fékk Þórður af þessu gott orð af alþýðu. Þótti öllum mönnum honum þetta vel fara.

Eftir þetta fór Þuríður Ormsdóttir til Sauðafells og var þar vistum hin næstu misseri eftir.

Þórður fór þaðan vestur í fjörðu en sendi suður Ingjald Geir- mundarson til Borgarfjarðar að vitja heita þeirra er þeir Sturla Þórðarson og Böðvar og Þorleifur höfðu honum heitið um haustið á Ferjubakka að þeir skyldu veita honum til laga á þingi.

En er Ingjaldur fann Þorleif og þá bræður gengu þeir úr skugga um það að þeir mundu eigi til þings ríða með Þórði. Fór þeim svo sem mörgum öðrum að minna þótti fyrir að heita Þórði liði en að ganga í deilur við Kolbein. Og er þeir gengu úr þessu máli þá sagði Sturla það sem satt var að þeir Þórður hefðu engan afla til þingreiðar móti fjölmenni Kolbeins og Sunn- lendinga en þó kvaðst hann vilja veita Þórði slíkt allt sem hann mætti.

Eftir þetta fór Ingjaldur vestur í fjörðu. Segir hann Þórði til svo búins.

Og þenna hinn sama vetur sendi Kolbeinn Einar draga með nokkura menn norður á Langanes að drepa þá Blasíussonu.

Gerðist þá svo að Eyfirðingum og þeim er verið höfðu vinir Sighvats þótti þungt undir að búa þeim afarkostum er menn urðu þá að þola af Kolbeini í manndrápum og ránum. Kom þá svo að þeir gerðu Þórði orð að þeir mundu honum veita ef hann kæmi með nokkurn afla norður þangað til móts við þá.

they had owned some farms together in Dalir. 'I think it would be best,' he said, 'if you kept the property that Tumi and I owned in these districts, and I content myself with the property of ours that I can reclaim from Kolbeinn.'

To this she agreed and they sealed the arrangement with a handshake. Þuríður thought this was done out of love for her. They also made provision for her to receive all of Sighvatur's former authority if circumstances necessitated this. The witnesses to this were Nikulás Oddsson, Teitur Styrmisson, Kolbeinn grön, Hrafn Oddsson, and many others besides. This benevolence endeared Þórður to all the people, and everyone thought he had acted nobly. Afterwards, Þuríður Ormsdóttir went to Sauðafell and remained there until the following year.

Þórður went to the Vestfirðir, but sent Ingjaldur Geirmundarson south to Borgarfjörður to ask Sturla Þórðarson, Böðvar, and Þorleifur to fulfil the promises they had made him during the summer at Ferjubakki, that is, that they would help him in his lawsuit in court at the assembly.

When Ingjaldur met Þorleifur and the brothers, they did not hide the fact that they did not want to accompany Þórður to the assembly. Like many others they simply found it easier to offer words promising aid to Þórður than to act directly in enmity towards Kolbeinn. After they excused themselves from this case then Sturla said, as was true, that Þórður and his men were not numerous enough to ride to the assembly against the hordes of Kolbeinn and the Southerners though he did acknowledge that he wanted to assist Þórður in such ways as he was able to. Ingjaldur returned to Þórður and told him how the matter stood.

During that same winter, Kolbeinn sent Einar dragi with some other men north to Langanes to kill the sons of Blasíus. It transpired that the Eyfirðingar and other former friends of Sighvatur found it difficult to bear the harsh measures of killing and theft imposed on them by Kolbeinn. Consequently, they sent an offer to Þórður stating that they would support him if he came north to join them with an army.

Tuttugasti og sjöundi kafli

Eftir dráp Tuma Sighvatssonar var Þórður mjög hugsjúkur við það er margir frændur hans og tengdamenn gengu undan honum í liðsemdinni. Vissi hann þá eigi gjörla hvað til ráðs skyldi taka. Gaf hann nú upp bústað á Mýrum.

Hrafn Oddsson bauð honum þá að taka við búi á Eyri. Þórður þekktist það og þakkaði honum með mörgum orðum sem aðra vinsamlega hluti þá er Hrafn veitti honum. Það létu þeir nú verða ráðið að Þórður lét búa öll hin stærri skip í Vestfjörðum og þar til fékk hann manna svo að þau voru öll alskipuð.

Kom Teitur Styrmisson til móts við hann úr Breiðafirði með eitt skip. Þar voru á með honum Barðstrendingar og heimamenn hans. Svarthöfði og Hrafn stýrðu einu skipi og Arnfirðingar með þeim. Bárður af Söndum hafði það skip er Rauðsíðan hét. Það var mest af öllum skipum Þórðar. Voru þar Arnfirðingar og Dýrfirðingar. Helgi Halldórsson og Ingjaldur Geirmundarson stýrðu teinæringi einum. Bjarni Brandsson og Páll grís Kálfsson stýrðu því skipi er Trékyllir var kallað. Voru þar með þeim Dýrfirðingar. Kolbeinn grön og Hákon galinn stýrðu staðarferju úr Holti. Voru þar á Önundfirðingar. Annað skip var úr Önundarfirði. Það var teinæringur. Því stýrði Sigurður rábiti Eyvindarson. Úr Ísafirði voru búin þrjú skip. Nikulás Oddsson og Eyjólfur Eyjólfsson, Sigmundur Gunnarsson, þeir stýrðu Ógnarbrandinum. Það var mikil skúta. Þar voru á Ísfirðingar.

Chapter Twenty-Seven

After the killing of Tumi Sighvatsson, Þórður became racked with concern that many of his kinsmen and friends were reticent with their help. He hardly knew what to do. He now moved out of his home at Mýrar.

Hrafn Oddsson offered him management of the farm of Hrafnseyri. Þórður accepted this and thanked him with many words for this and Hrafn's service to him, as he did for all his friends who helped him. They now decided that Þórður would order all the larger ships in the Vestfirðir prepared and men recruited for them so that they were fully manned.

Teitur Styrmisson came to him from Breiðafjörður and brought one ship, on which were the Barðstrendingar and his attendants. Svarthöfði and Hrafn captained another ship and with them were the Arnfirðingar. Sanda-Bárður had a ship called Rauðsíðan: it was the largest of Þórður's fleet and on board were Arnfirðingar and Dýrfirðingar. Helgi Halldórsson and Ingjaldur Geirmundarson captained a ten-oared boat together. Bjarni Brandsson and Páll grís Kálfsson commanded that ship which was called Trékyllir. On there with them were the Dýrfirðingar. Kolbeinn grön and Hákon galinn captained a church ferry from Holt. On board were the Önundfirðingar.

There was another ship from Önundarfjörður: it was a ten-oared boat and was commanded by Sigurður rábiti Eyvindarson.

Bárður Hjörleifsson stýrði teinæringi einum. Öðrum teinæringi stýrði Sigurður vegglágur, norrænn maður. Ketill Guðmundarson og Almar Þorkelsson stýrðu því skipi er þeir höfðu tekið af Hornströndum er Snækollur hét. Þar var á gestasveitin. Þórður kakali stýrði skútu einni mikilli. Þar voru á heimamenn hans og mannval er honum þótti knálegast. Á hvert skip setti hann heimamenn sína þá er hann trúði vel.

Three ships from Ísafjörður were provisioned. Nikulás Oddsson, Eyjólfur Eyjólfsson, and Sigmundur Gunnarsson commanded Ógnarbrandinur, which was a large cutter and manned by Ís- firðingar. Bárður Hjörleifsson commanded a ten-oared boat. Another ten-oared boat was commanded by Sigurd vegglav, a Norwegian man. Ketill Guðmundarson and Almar Þorkelsson commanded the ship that they had taken from Hornstrandir and which was called Snækollur. On board were the company of Guests. Þórður kakali commanded a large ship. Onboard there were his attendants and a select group of men comprised of those who he thought pluckiest. On each ship he placed those of his attendants which he trusted well.

Tuttugasti og áttundi kafli

En er þessi fimmtán skip voru búin hélt Þórður þeim norður yfir Ísafjarðardjúp og svo norður til Hornstrandar. Þar kom til Þórðar Ari frændi hans Ingimundarson. Hann var þá átján vetra. Áður Þórður sigldi úr Vestfjörðum sendi hann orð Sturlu Þórðarsyni að hann skyldi vera fyrirmaður til gæslu sveitanna vestur þar ef nokkur ófriður væri ger af Norðlendingum.

En er Þórður var á Hornströnd þá settust fyrir hann veður en þar var engi byggð í nánd. Fengu menn þá öngar vistir og var það fimm dægur. Þaðan tóku þeir Þórður róðrarleiði allt fyrir Strandirnar. Fórst þá heldur erfiðlega þar til er þeir komu í Trékyllisvík tveim nóttum fyrir Jónsmessu baptista. Hún var þá á föstudegi. Voru þá tekin strandhögg stór. Lagði Þórður Jónsmessukveld öllum skipunum út undir Trékyllisey og átti þar stefnu við lið sitt.

Kom þá Ásgrímur Bergþórsson til Þórðar og sagði honum þá sögu að Kolbeinn drægi lið saman fyrir norðan Flóa og hefði fengið mörg skip og ætlaði að Þórði og halda hið ytra til móts við hann en sendi suman herinn vestur landveg. En það kunni hann eigi að segja hvoru liðinu Kolbeinn mundi fylgja. Þeim Þórði þótti sem þetta mundi kvittur nokkur um liðdráttinn Kolbeins, sá er ótrúlegur væri, ella mundi það eigi vera meira lið en hið fyrra sumarið fór norðan til Ísafjarðar. Fór Ásgrímur þá heim.

Chapter Twenty-Eight

When these fifteen ships were prepared, Þórður sailed them north over Ísafjarðardjúp and so north to Hornstrandir. Ari Ingimundarson, Þórður's kinsman, came to meet him there. He was then eighteen years old.

Before Þórður sailed from the Vestfirðir he sent word to Sturla Þórðarson, instructing him to command defence forces in the districts west of there if some warfare was brought there by the Northerners.

While Þórður was on Hornstrandir the wind was against him and there was no settlement nearby. The men now had no provisions for five days. From there, Þórður and his men rowed all the way along Strandir, continuing with much difficulty until they came to Trékyllisvík two nights before the mass of John the Baptist. That was on Friday. Now they raided along the coast and requisitioned lots of livestock. On the night of the mass of John the Baptist, Þórður laid all the ships out under Trékyllisey and had a meeting there with his army.

Ásgrímur Bergþórsson then came to Þórður and told him that he had heard that Kolbeinn had drawn together an army north of Flói and got many ships and planned to meet Þórður in a pincer manoeuvre attacking from the north by sea and sending some of the army west along the land route. However, he was unable to say for lack of knowledge which route Kolbeinn

Þórður talaði þá langt erindi fyrir liðinu og minnti menn á harma sína og eggjaði í ákafa að menn skyldu vera sem hraustastir þó að í nokkura raun kæmi. Sagði hann mönnum og deili á að menn skyldu allir leggja til einnar hafnar. Voru þegar uppgöngur ætlaðar og að fara með hernaði. Þóttist hann og eiga vonir liðs ef hann kæmi til Eyjafjarðar. Hann hafði eigi meira lið en níu tigi annars hundraðs. Báru menn þá grjót á skip sín og bjuggust til brautlögu. Reru þeir Þórður þá inn fyrir Reykjanes. Austangola var innan á flóana svo að ífellt var og sigldu þeir Þórður þá norður á Flóa.

would be journeying on himself. Þórður and his men thought this talk of Kolbeinn's gathering of troops to be mere rumour, which could not be relied upon, and even if it were true they did not believe that the force could be any greater than that which had journeyed from the north to Ísafjörður the previous summer. Afterwards, Ásgrímur went home.

Þórður now delivered a long speech to his troops, reminding them of the hardship they had borne and keenly encouraging them to be courageous and brave, even if danger arose. He also told them that everyone should aim for the same harbour, and immediately on arriving to make for the shore and begin harrying there. Moreover, Þórður hoped that his force would be augmented if he made it to Eyjafjörður. He had no more than 210 troops. The people now filled the ships with stones and readied themselves for departure. Þórður and his men then rowed out past Reykjanes. An easterly wind blew out into Húnaflói such that the wind billowed in their sails, and Þórður and his men sailed northwards into the bay.

Tuttugasti og níundi kafli

Nú er að segja frá Kolbeini. Þegar er voraði dró hann saman öll stórskip í Norðlendingafjórðungi. Þessi skip lét hann öll verða saman dregin til Skagafjarðar og bjóst hann í höfn þeirri er Selvík heitir.

Sá atburður varð þá er þeir bjuggust Eyfirðingar undir Hríseyju áður þeir héldu norðan til Skagafjarðar skipunum, að þá er þeir gengu á milli skipanna steyptist einn maður á kaf svo að hann kom aldrei upp síðan. Sá hét Jón og þótti mönnum þetta ill furða.

En er skip þessi öll voru búin og komin til Skagafjarðar þá var og komið lið allt norðan um Öxnadalsheiði, það sem von var. Skipti Kolbeinn þá flokkunum í tvo staði. Setti hann þá Brand Kolbeinsson höfðingja fyrir annan flokkinn. Skyldi hann fara með sitt lið landveg vestur til fjarða. Hafði hann tvö hundruð manna.

En er Brandur kom vestur til Miðfjarðar fékk hann sanna njósn af ferðum Þórðar að hann var kominn á Strandir og ætlaði að sigla norður á Flóa. Hafði Brandur þá setur í Miðfirði og ætlaði að bíða þar þess er hann spyrði hvert Þórður sneri.

En er Sturla Þórðarson spurði að Brandur var kominn í Miðfjörð með flokk og ætlaði vestur á sveitir þá dró hann þegar lið saman. Kom þá til liðs við hann Þorgils Böðvarsson og Vigfús Gunnsteinsson. Riðu þeir þá norður yfir Haukadalsskarð

Chapter Twenty-Nine

Now we must tell about Kolbeinn. When spring arrived, he drew together all of the big ships in the Northern Quarter. All of these ships he ordered to gather together in Skagafjörður and he prepared in the harbor which is called Selvík.

It transpired when the Eyfirðingar settled under Hrísey before they sailed their ships north to Skagafjörður that as men went between the ships, one man stepped into the sea such that he did not get back out of it again. That man was named Jón and people thought that this was a bad omen.

Once all these ships were prepared and brought into Skagafjörður, all the troops from north of Öxnadalsheiði arrived, as was expected. Kolbeinn now divided the army into two companies. He set Brandur as commander over the other half of the army. Brandur was to go with his force via the land route to the Vestfirðir. He had two hundred men. When Brandur came west to Miðfjörður he got reliable intelligence

[*Here there is a lacuna in Króksfjarðarbók and the copies of Reykjarfjarðarbók are mostly followed*]

about Þórður's journey, that he had come to Strandir and intended to sail north into Húnaflói. Brandur remained in Miðfjörður

og höfðu nær tvö hundruð manna. Tóku þeir þá áfanga fyrir norðan skarðið. Komu þá aftur njósnarmenn þeirra Sturlu og segja að Brandur var í Miðfirði og fór heldur óvarlega. Eggjaði Þorgils þá að þeir skyldu ríða að þeim skörulega. En Vigfús svarar svo að hann vildi veita Sturlu til þess að verja hérað með honum en fara kveðst hann mundu hvergi á sveitir annarra manna með ófriði. Töluðu þeir um þetta langa hríð og urðu eigi ásáttir. Þorgils segir að hann vildi að þeir riðu norður á þá Brand sem hvatast og vefðust eigi lengi í þessu ráði. Sturla segir að hann vildi gjarnan að þeir héldu norður á ef engir vildu undan skerast fyrirmennirnir, segir þá mundi lítið verða efni þar til atreiðar er eigi yrðu allir á einu ráði er fyrirmenn skyldu heita. Gekk Vigfús þá úr þessu máli og reið í burt með sína menn. Dreifðist þá allur safnaðurinn þeirra Sturlu. Þá reið Sturla vestur til Dala.

En er þeir Brandur spurðu liðsafnað þeirra Sturlu þá brugðu þeir öllum setunum og riðu norður til Skagafjarðar og vildi hann fá lið meira.

and intended to wait there until he discovered where Þórður turned.

When Sturla Þórðarson learned that Brandur had arrived in Miðfjörður with a company of troops and was heading towards the western districts, he immediately drew together men. Þorgils Böðvarsson and Vigfús Gunnsteinsson came to help him.

They rode north over Haukadalsskarð and had around 240 men. They waited north of the pass. Then the scouts sent by Sturla and the others returned and said that Brandur was in Miðfjörður and was not travelling very carefully. Þorgils now advocated that they ride at Brandur and his men boldly. However, Vigfús responded by saying that he wanted to help Sturla defend the region but would not go into other men's districts with hostile intent. They argued about this for a long while but were not able to come to an agreement. Þorgils said that he wanted them to ride at Brandur and his men as fast as they could and cease dithering any longer with this council. Sturla said that he would prefer it if they headed north only if none of they leaders wished to turn back, saying also that they would not be strong enough unless all of they leaders agreed on one course of action. Vigfús now withdrew from the conversation and rode away with his men. Next, all Sturla's and Þorgils' troops dispersed. After this, Sturla rode west to Dalir.

As soon as Brandur learned of the troop raising of Sturla and the others then Brandur and his men broke up their whole encampment and rode north to Skagafjörður because he wanted to expand the number of men in his army.

Þrítugasti kafli

Þá er Kolbeinn var búinn til burtlögu þá varð það til tíðinda
að menn komu til hans sunnan um land og segja honum þau
tíðindi að Gissur Þorvaldsson var út kominn suður á Eyrum
og stefndi fund við Kolbein. En Kolbeinn segir að hann var þá
búinn til ferðar þeirrar er hann vildi fyrir engan mun bregða.
Það var Jónsmessudag sjálfan að Kolbeinn sigldi út fyrir
Skaga og svo vestur á Flóa. Hafði hann þá tuttugu skip og nær
ellefu tigum hins fjórða hundraðs manna. Kolbeinn sjálfur
stýrði því skipi er nær var haffæranda og var þrennum bitum
útbitað. Þar var og kastali á við siglu. Öðru skipi stýrði Ásbjörn
Illugason. Sökku-Guðmundur stýrði mikilli ferju. Ketill Gnúps-
son og þeir Grímseyingar höfðu enn mikið skip. Hjalti Helga-
son úr Leirhöfn stýrði mikilli ferju. Hrani Koðránsson var enn
skipstjórnarmaður. Einar dragi stýrði enn einu skipi. Óttar
snoppulangur hafði ferju. Víga-Bútur stýrði mikilli ferju. En þó
vér teljum eigi alla skipstjórnarmenn norðan þá hafði Kolbeinn
marga hina röskustu menn setta á hvert skip. Mátti svo að kveða
að öll skip Kolbeins væru alskjölduð framan við siglu. Höfðu
engir menn séð á voru landi þvílíkan herbúnað á skipum. Sigldi
Kolbeinn svo útleið vestur á Flóa og ætlaði eigi fyrr við land að
koma en fyrir vestan Horn.

Nú er frá því að segja að Þórður sigldi vestan á Flóa. Og er
þeir voru komnir á miðjan flóann þá mælti maður á skipi Ketils

Chapter Thirty

Once Kolbeinn was ready to leave, it so happened that messengers had arrived from the south. They told Kolbeinn that Gissur had returned via Eyrar and wanted to arrange a meeting with him. However, Kolbeinn responded by saying that he was now prepared for an expedition that he would not be deterred from going on.

On the mass day of Bishop Jón itself, Kolbeinn sailed out from Skagi and so west into Húnaflói. He had twenty ships and nearly 470 men. Kolbeinn himself captained the ship which was almost fit for crossing the ocean and was divided into three parts by cross-beams. There was also a castle on it by the sail. Another ship was captained by Ásbjörn Illugason. Sökku-Guðmundur captained a large ferry. Ketill Gnúpsson and the Grímseyingar had another large ship. Hjalti Helgason of Leirhöfn captained a large ferry. Hrani Koðránsson was another captain. Einar dragi captained yet another ship. Óttar snoppulangur had a ferry. Víga-Bútur captained a large ferry. Even though we shall not enumerate all of the captains from the north, Kolbeinn nevertheless had many of the boldest men placed on each ship. It could be said that all of Kolbeinn's ships had shields arrayed all the way from the bow to the sail. Men had never before in our land seen such preparation for warfare on ships. Kolbeinn now

Guðmundarsonar er Þorgeir hét og var kallaður krúnusylgja, hann leit til hafs út og spurði hvort selar lægju á ísinum. Og er fleiri menn sjá þetta segja þeir að þar sigldu skip Kolbeins. Voru þá felld seglin.

Tóku menn þá ráðagerðir. Mæltu flestir að þá skyldi þegar róa út að þeim því að þá féll veðrið í logn. En sumum þótti það ófært fyrir þá sök að allir sáu að mikill mundi liðsmunur vera. Var það þá ráð vitra manna að heita nokkuru. Þá hét Þórður á guð almáttkan og heilaga Maríu móður guðs og hinn helga Ólaf konung til árnaðarorðs. Var því heitið að allir menn þeir er þar voru með Þórði skyldu vatna allar föstunætur innan þeirra tólf mánaða og fasta laugardaga alla til vetrar fram og láta kaupa tólf mánaða tíðir fyrir sál Haralds konungs Sigurðarsonar. Þá var fest heitið með handtaki.

Eftir það bað Þórður menn búast til róðrar. Var þá þegar skipað hversu skipunum skyldi framan leggja. Var þá tekinn róður út eftir Flóa til móts við þá þegar er þeir voru búnir.

En er Kolbeins menn sáu að skip Þórðar reru innan á flóann þá lægðu þeir seglin og lögðu skipin saman í tengsl. Var það nær Skaga en Horni. En það var í þann tíma dægra er sól var skammt farin um morguninn.

Kolbeinn lagði skip sitt mjög í miðjan flotann. Skip Sökku-Guðmundar lá næst Skaga en skip Ásbjarnar Illugasonar lá í annan arminn næst Horni. Sneru þeir Kolbeinn framstöfnum á land inn.

En er Þórður kom í skotmál við skip Kolbeins bað hann þá leggja sín skip í tengsl og greiða atróður.

Var svo skipað að Ógnarbrandurinn er Nikulás Oddsson stýrði var næstur Horni í móti skipi Ásbjarnar Illugasonar en þar næst lagði Þórður sínu skipi. En þá var skip Helga Halldórssonar, þá var skip Teits Styrmissonar. En í annan arminn móts við skip Sökku-Guðmundar var skip Sanda-Bárðar. En þar í milli lögðu menn fram skipum sínum sem drengskap höfðu til.

Eftir þetta gekk Þórður í framstafn á skipi sínu. Og er hljóð fékkst þá talaði hann og bauð Eyfirðingum og öllum mönnum fyrir norðan Öxnadalsheiði grið.

sailed outbound west to Húnaflói and intended not to make shore before making it west past Horn.

Now we must tell that Þórður sailed from the west into Húnaflói. When they arrived at the middle of the bay then a man named Þorgeir krúnusylgja on Ketill Guðmundarson's ship said that he was looking out to sea to discover whether seals were lying on the ice. When many others saw what he was looking at, they responded that it was Kolbeinn's ship. Then they dropped the sail.

Men then began to make plans. Most said that they should immediately row out to them because there was now no wind. However, some thought that to be an unwise course of action because they looked and all saw how great the difference in forces would be.

Next, the more intelligent men advised that they make some sort of promise. Þórður then called upon the Holy Mary, mother of God, and Saint-King Olaf for assistance. It was vowed by all the men who were with Þórður that they would fast on water every Friday night for the next twelve months and do the same fast all day on every Saturday until winter began and pay for twelve months of services for the soul of King Harald Sigurdsson. This pledge was then fastened with a handshake.

After that, Þórður ordered his men to prepare to row, and they then organised the positions of the ships in the fleet. When this was accomplished, they began to row out across Húnaflói.

As soon as Kolbeinn's men saw that Þórður's ship was rowing into the bay, they dropped their sails and tied their ships together. That was near Skagi and Horn. This was at the time of day in the morning when the sun had only recently risen.

Kolbeinn positioned his ship in the middle of his fleet. Sakka-Guðmundur's ship lay nearest to Skagi, and Ásbjörn Illugason's ship was positioned on the opposite wing next to Horn. Kolbeinn's fleet turned their fore-stems towards land.

When Þórður made it within throwing distance of Kolbeinn's ships, he ordered his men to tie the ships together and prepare to row.

En er Kolbeins menn heyrðu hversu horfði talið þá þótti þeim eigi örvænt að nokkuð mundu digna hugir manna þeirra sumra er frændur sína höfðu látið á Örlygsstöðum og þá voru enn óbættir.

Þá svarar einn af Kolbeins mönnum, bað óvininn þegja og kvað aldrei sættast skyldu: Muntu fara slíka för sem Tumi bróðir þinn fór í vor á Hólum og því verri sem þú færir þig sjálfur til beinalagsins.

Eftir það æptu hvorirtveggju heróp og tókst þá bardaginn og var fyrst vakinn af Kolbeins mönnum með skotum og grjótkasti og var það hörð hríð áður skipin komu saman og hvorir komu stafnljám á skip annarra.

The ships were arrayed such that the Ógnarbrandur which Nikulás Oddsson captained was next to Horn opposite the ship of Ásbjörn Illugason and next to it was Þórður's own ship. And next along was Helgi Halldórsson's ship and then the ship of Teitur Styrmisson. On the opposite arm, facing Sakka-Guðmundur's vessel was Sanda-Bárður's ship. And in between men arranged their ships according to how much courage they had.

After this Þórður went to the fore-stem of his ship. Once he got within hearing distance, he spoke and offered the Eyfirðingar and all the men from north of Öxnadalsheiði mercy. As soon as Kolbeinn's men heard what Þórður had said they thought that some of the men would be turned against them, particularly those who had lost their kinsmen at Örlygsstaðir and who had not yet avenged them.

Next one of Kolbeinn's men responded, telling the enemy they should shut up and stating that they would never settle, for 'today will go for you, Þórður, as it went for your brother Tumi at Hólar in the spring, though your death will be worse for it shall be as a result of your own misadventure.'

Now both sides rose war cries and the battle began. The first action was a volley of shots and stones cast by Kolbeinn's men and it was a hard while before the ships came together and grappling hooks were thrown between the two sides.

Þrítugasti og fyrsti kafli

Tekst nú harður bardagi og í fyrstu með grjóti og skotum. Skutu menn Þórðar svo hart að þeir Kolbeinn fengu eigi annað gert en hlífa sér um hríð. Hallaðist þá bardaginn á Norðlendinga. Kom það mest tveggja hluta vegna, að Kolbeins menn höfðu grjót eigi meira en lítið á tveim skipum en Þórðar menn höfðu hlaðið hvert skip af grjóti, hinn annar að á skipum Kolbeins voru fáir einir menn þeir er nokkuð kunnu að gera á skipum, það er þeim væri gagn að, en á Þórðar skipum var hver maður öðrum kænni. Nú má það skilja að með þvílíkum atburðum má sigurinn skipast með auðnu milli höfðingjanna. En eigi olli það að eigi hefðu hvorirtveggju mart hið besta mannval. En áður grjóthríðinni var lokið þá hrukku Kolbeins menn flestir allir á sínum skipum aftur um siglu. Eggjaði Þórður þá fast sína menn að þeir skyldu greiða uppgöngur. Eyjólfur Eyjólfsson og Nikulás Oddsson og Sigmundur Gunnarsson gengu fyrstir manna upp á skip Kolbeins. En er Kolbeinn og hans menn sáu það þá hertu þeir að þeim og báru þá alla fyrir borð á spjótum. Voru þeir þá dregnir af sundi upp á skip sín. Eftir það tók bardaginn að festast og var þá ákaflega barist og mest um stafna er fættist grjótið. Tókst þá mannfall megnt og hallaðist það mest í lið Kolbeins. Gekk og engi jafndjarflega fram af Þórðar mönnum sem hann sjálfur svo sem segir Ingjaldur Geirmundarson í Atlöguflokki þeim er hann orti um bardagann á Flóa. Nú er þetta því merki-

Chapter Thirty-One

Now a hard battle commenced, beginning with an exchange of stones and shots. Þórður and his men put down such a barrage that Kolbeinn and his men were unable to do anything but seek cover for themselves for a long time. The Northerners began losing the battle due to two contributory factors. The first was the lack of stones on all but two of the ships in Kolbeinn's navy, whereas Þórður's men had filled all their ships with rocks. The second was the fact that, among Kolbeinn's men, only a few were skilled sailors. It is clear that factors such as these can grant victory in battle between chieftains if luck is on one's side. However, we must dispel with the notion that this was because the two sides were unequally matched in the quality of their men. Before the barrage of stones ceased, Kolbeinn's men had all fled behind the masts of their ships. Þórður then urged his men to board. Eyjólfur Eyjólfsson, Nikulás Oddsson, and Sigmundur Gunnarsson were the first to set foot onto Kolbeinn's ship. On seeing this, Kolbeinn and his men thrust at them with their spears and drove them all overboard, so that they had to be pulled from the sea back into their ships. Now hand-to-hand combat began — vigorous and deadly fighting — as the stockpiles of stones were now depleted. The death toll was high, especially among Kolbeinn's men. Among Þórður's men no man demonstrated more gallantry than he did himself, as Ingjaldur

legt að Ingjaldur var þar í bardaganum og orti þetta kvæði þegar um veturinn eftir:

Þórðr óð í styr stríðum,
strengs kom hagl á drengi,
endr rifu ímunvindar
Yggjar tjöld, fyrir skjöldu.
Gunnmána vann grenna
galdrs-Freyr Sigars tjalda.
Ormr rauðst í val vörmum,
vígskóð drifin blóði.

Rít varð rauð að mæta,
ruðust spjót, valgrjóti.
Gustr knúðist mjög Mistar.
Mein fékk her af steinum.
Stærðist hjaldr, en hurðir
Hárs reiddust, skip meiddust,
búkr féll á val víka,
vopnadóms, að rómu.
Þetta enn:

Þórðr vann flest, þar er fyrðar,
fleinhregg, brutu eggjar.
Framr gat sonr að semja
Sighvats dunur vigra.
Ógnrökkum frá eg ekki
allsnart í styr hjarta,
þar er hraut á sjá sveiti,
sverðálfi mjög skjálfa.

Taka nú skipin að leggja sem næst hvert öðru til höggorustunnar. Tókst þeim Kolbeini ógreitt atlagan svo að eigi komst fram það hið mikla skipið er sjálfur hann var á og enn fleiri hin stærri skipin þeirra og varð því á bugur nokkur á fylkingu þeirra og hallaðist í þessari svipan bardaginn í lið Kolbeins.

Geirmundarson says in *Atlöguflokkur,* which he composed about the Battle of Húnaflói. Now this poem is noteworthy because Ingjaldur participated in the battle and composed it the winter after.

Þórður joined the hard battle
in front of the shields,
arrows hailed on the combatants,
before fierce assaults broke apart.
The warrior split shields
in the shield-song,
his spear reddened in the heat of battle,
weapons were dripping with blood.

Red shields came up to meet
casted rocks and spears were bloodied.
Battle was enjoined with gusto.
The stones hurt the warriors.
The din of battle increased
and shield were held aloft in the battle.
Ships became damaged
and corpses fell on their decks.

It continues:

Þórður fought for most of the battle
where men clashed swords.
The famous son of Sighvatur
caused the battle to be waged.
I have heard that
the stout-hearted warrior felt
no fear in his heart during the battle
where blood fell into the sea.

The ships now lay as near as they needed to be for close-quarters combat to take place. Kolbeinn and his forces began to arrange their ships for battle, though this was done in a disorderly fash-

Hann hafði sig lengstum lítt við orustuna um daginn. Báru til þess tveir hlutir, sá annar að hann þóttist hafa liðskost gnógan en sá annar að hann var heill lítt og þótti honum sér varla hent að ganga í stórerfiði. En allir menn vissu að Kolbeinn var hinn fræknasti maður og höfuðkempa til vopna sinna. Stóð hann við siglu á kastalanum og skipaði þaðan til atlögu.

En er hann sá að eigi var víst að svo búið hlýddi þá hét hann á sína menn og biður suma ganga af sínu skipi og á þau skipin er lá við að hroðin mundu verða. En Hjalti Helgason úr Leirhöfn bað hann leggja sitt skip á skut skipi Þórðar. Og enn hét hann á fleiri skipstjórnarmenn að leggja skyldu á skut vestanmönnum og gera hring að þeim. Er það og eigi meðalskömm, segir hann, ef þeir skulu vinna yður með þeim hinum smám og hinum fám skipum er þeir hafa móti þeim mikla skipaafla er vér höfum að dregið.

Leysa þeir nú skipin úr tengslum og fara svo að sem Kolbeinn hafði fyrir sagt. En nú var áður svo komið orustunni að þeir menn af liði Þórðar sem fræknastir voru höfðu þá greiddar uppgöngur en sumir ætluðu þá að ganga upp á skip þeirra Kolbeins.

Og hér urðu nú margir hlutir jafnsnemma, þeir er mikillar frásagnar eru verðir en nú verður þó um einhverja fyrst að tala.

Verður þessi hríð mjög skaðsöm í liði Kolbeins áður en hið snarpasta mannvalið Kolbeins kom þeim Þórði í opna skjöldu en þeir Þórður höfðu eydd aftan skip sín mjög og var allur þorri mannanna kominn fram um siglu. Og þá er kall kom á skip Þórðar að tveggja vegna væri að þeim sótt urðu þeir þá við hvorutveggja að sjá. Gekk þá Þórður aftur á skip sitt og svo gerðu nú margir hans menn. En Þórður hafði lítið deildarlið. Eggjar hann þá að þeir rækju af sér þá fyrst hina óþarflegu bakhjarla er þá voru búnir þeim til óhaglegra íhöggva. Bað Þórður þá þegar að þeir gengju upp á skip Hjalta. Varð þar lítil viðtaka áður uppgöngur tókust. Gekk sá maður fyrst upp er Aron hét og var sonur Halldórs Ragnheiðarsonar, þar næst Þórður sjálfur. Lagði Þórður til Hjalta í gegnum brynjuna og sjálfan hann og nisti hann svo dauðan út við borðinu. Ruddist það skip svo vandlega

ion so that the large ship which he himself was on and many of the other larger ships did not make it to the front. Kolbeinn's formation was somewhat bent. It was at this moment that the tide of battle turned against Kolbeinn's forces.

He played little part in the actual fighting for most of the day. This was due to two reasons. The first is that he thought he could rely on his subordinates. The second was that he was not in good health and thought he would hardly be capable of any great exertion. But all people knew that Kolbeinn was an exceedingly brave man and a military genius. He stood by the sail on the castle and commanded the attack from there.

When Kolbeinn saw that matters were obviously not going in his favour, he called out to his men and ordered them to move from their ships and into those which were nearly empty of men. He commanded Hjalti Helgason of Leirhöfn to position his ship against the stern of Þórður's ship. Next, he ordered the same of the other captains, that they should position themselves at the sterns of the westerners and make a ring around them. 'It is shameful that they are able to overcome you with such small and few ships as they have against such a great fleet as we have brought together,' Kolbeinn said.

They now loosed their ships from their bindings and did as Kolbeinn had ordered them to. This was at the point in the battle when the bravest among Þórður's forces were boarding the ships of Kolbeinn and his men, while the others were preparing to do the same.

Now, many things happened concurrently, all of which are most saga-worthy, but can only be related one at a time.

The battle had proved incredibly destructive to Kolbeinn's forces, before the bravest of Kolbeinn's men caught Þórður off his guard and forced all his men to vacate the sterns and flee beyond the sails to the bows of their ships. Then the call came to Þórður's ship that a second front had opened up and some turned to meet those attacking from the rear. Þórður now returned to his own ship and the vast proportion of his men did also. However, Þórður had only a small reserve of men. Thus, he urged his men firstly to force back their incompetent foes who

að nálega var hver maður drepinn eða fyrir borð rekinn. Varð og fám einum af sundi hólpið.

En meðan Þórður hafði þetta að starfa þá höfðu Kolbeins menn komið stafnljám á skip hans og dregið það fram milli skipa sinna. Féllu þeir þar Ánn Áskelsson og Snorri Loftsson og Steinólfur Þorbjarnarson í stafni á skipi Þórðar og vildi engi þeirra flýja. Fjórði maður féll þar, Klemet, og særðu hann bæði Kolbeins menn og Þórðar menn. En allir aðrir flýðu á þau skip er næst lágu. Tókust þá hlaup mikil milli skipanna. En er Kolbeins menn gengu upp á skip Þórðar þá gerðist þeim ávinnt er næstir lágu. En í þenna tíma höfðu þeir Kolbeinn grön og Teitur Styrmisson og margir menn greiddar uppgöngur á skip Kolbeins unga. Og er til komu heimamenn Kolbeins þeir er hann sendi til af sínu skipi þá voru þeir Teitur og Kolbeinn bornir ofurliði og reknir fyrir borð og komust nauðulega aftur til sinna manna. Og var þá bardagi hinn ákafasti og komu Kolbeins menn stafnljám á skip Teits og drógu fram á millum sinna skipa. Og í þeirri hríð voru særðir þeir Teitur og Ásgrímur baulufótur og allur þorri manna á því skipi flýði. Hljóp Teitur þá á skip Kolbeins Dufgussonar. Varð það svo hlaðið og þröngt að inn féll um háreiðarnar og söxin. Hljóp þá meginþorri á skip Sanda-Bárðar.

Tók nú bardaginn að losna og hljópu menn nú títt í millum skipanna. En er Þórður ætlaði aftur á sitt skip þá sá hann að skipið var autt af hans mönnum en hann hafði þá eigi liðskost til að sækja það. Gekk hann þá á skip Svarthöfða og dvaldist þar um hríð. En þá er hann sá að þeir Nikulás Oddsson og Eyjólfur Eyjólfsson og öll þeirra sveit var hrokkin aftur um siglu á Ógnarbrandinum og þar var þá búið til uppgöngu. Hljóp hann þá upp á skipið til þeirra og eggjar ákaflega að þeir skyldu herða sig. Hleypur hann þá fyrstur allra manna fram í stafn og hefir skjöld yfir höfði sér en sverð í annarri hendi. Fylgja þeir honum þá alldjarflega og verður nú hið snarpasta él og verða nú hvorirtveggju sárir. Höfðu Kolbeins menn áður komið akkeri í stafninn á því skipinu. Gengu þeir Þórður þá svo skörulega fram að í þessu slagi komu þeir af sér akkerinu.

were attacking them from the rear and making ready to take them from behind. Þórður now commanded his men to immediately board Hjalti's ship. There was only a little resistance before their assault broke through. The man who was named Aron (the son of Halldór Ragnheiðarson) went up onto Hjalti's ship first, and next Þórður himself. Þórður struck at Hjalti and pierced both byrnie and flesh. Thus, Þórður stabbed him to death and pushed him overboard. That ship was nearly completely cleared because almost everyone aboard had been killed or driven overboard. Only a few were helped out of the sea.

While Þórður was occupying himself with this, Kolbeinn's men had landed a grappling hook on his ship and dragged it forward into the midst of their ships. There fell Ánn Áskelsson, Snorri Loftsson, and Steinólfur Þorbjarnarson at the stern of Þórður's ship as they refused to flee. A fourth man fell there, Klemet, wounded by both Kolbeinn's and Þórður's men. All the others fled onto the ship which lay nearest. Then much leaping between ships began. When Kolbeinn's men went up onto Þórður's ship, those who lay nearest to them began to give way. At the same time, Kolbeinn grön, Teitur Styrmisson, and many other men crowded aboard Kolbeinn ungi's ship. Once those of Kolbeinn's attendants which he had sent for arrived from their boats, Teitur and Kolbeinn were overcome by the overwhelming force and driven overboard and narrowly made it back to their own men. At that time the battle had reached its climax and Kolbeinn's men landed a grappling hook on Teitur's ship and drew it forward into the midst of their ships. In that fighting Teitur and Ásgrímur baulufótur were wounded and most of the men on the ship fled. Then Teitur leapt onto Kolbeinn Dufgusson's ship. It became so overloaded and heavy that the bow and rowlocks sunk beneath the surface of the sea. Most of the men then leapt onto Sanda-Bárður's ship.

Now the battle began to loosen, and men leapt now to pass news between ships. When Þórður intended to return to his ship, he saw that the ship had been abandoned by his men and he had no crew with which to salvage it. He now went onto Svarthöfði's ship and remained there for a while. When he saw

Og þá kenna þeir norðanmennirnir Þórð. Eggjar þá hver annan að hann skyldi þá eigi undan komast er hann var svo mjög kominn í greipur þeim.

Þórður svaraði: Rétt kennið þér, sagði hann, og sækið nú að fast fyrir því að sannlega skal yður óragur reynast í dag fyrirmaðurinn Vestfirðinga. Segir mér og svo hugur um að aldregi síðan munuð þér í jafnvænt efni við mig leggja.

Knýjast þeir nú að fast norðanmennirnir. Drífur nú og þangað til af öðrum skipunum Þórðar fólkið það er fræknast var. Lauk svo þessari hríð að engi var ósár þeirra manna er fram höfðu gengið með Þórði. Finna þeir þá eigi fyrr, er aftur voru á skipinu, en vaxa tók austurinn. Bað þá Sigmundur Gunnarsson að ausa skyldi.

Eftir sókn þessa losnaði heldur bardaginn víðast á skipunum. Tóku nú teinæringarnir allir að höggva sig úr tengslum nema þeir Helgi Halldórsson. Flýði Jón Álftmýringur fyrst manna og nokkuru síðar Bárður Hjörleifsson, þar næst Sigurður vegglágur. Þá kallaði Svarthöfði á Sigurð og bað hann að leggja. Hann gerði svo. Gekk þá Svarthöfði þar á skip og Hrafn snati og nokkurir menn aðrir. Svarthöfði bað og Hrafn mág sinn fara með sér. Hrafn spurði hvað hann vissi til Þórðar. Hann kveðst ekki til hans vita.

Hrafn bað hann þá fara sem honum líkaði en hér er nú Óttar snoppulangur bróðurbani þinn.

Svarthöfði kveðst ekki það hirða, sagði að unninn mundi sá sigurinn að sinni er auðið var. Hafði Svarthöfði þá fengið stór sár og vissi Hrafn það eigi. Reru þeir Svarthöfði þá frá og til lands.

En er Teitur var af stokkinn skipi sínu þá gengu Kolbeins menn þar upp. Var þá óður vopnaburður á skipinu Kolbeins Dufgussonar svo að menn héldust eigi við. Flýðu menn þá svo gjörsamlega af því skipi að Kolbeinn stóð einn eftir. Tóku þá menn hans og drógu hann öfgan milli skipanna til sín og í því fékk hann fjögur sár, þrjú í lærið og voru tvö í gegnum lærið en eitt í ilina neðan og skar út í klaufina við þumaltána og varð það sár mikið.

that Nikulás Oddsson, Eyjólfur Eyjólfsson, and all their company had fallen back behind the sail on the Ógnarbrandur and were preparing to board from there, he leapt up onto their ship to them and urged them to be courageous. Next he ran first of all the men forward to the bow with his shield over his head and a sword in his other hand. Now the rest followed him dauntlessly and the most violent struggle began and there were wounded on both sides. Kolbeinn's men had earlier anchored their ship at the stern. Þórður and his men now went forward with such boldness that in this struggle they got rid of this anchor.

Then the northerners recognised Þórður. They now urged each other that they should not allow him to escape,

[Here the text of Króksfjarðarbók begins anew]

as he was almost within their grasp.

Þórður replied: 'You now understand and attack frantically because you have experienced the truth today that the leader of the Vestfirðingar is no coward. I also declare to you my view that you will never have such fair odds the next time we fight.'

The Northerners continued to struggle on steadfastly. The most valiant of Þórður's men now arrived there from other ships. This fight ended such that none of those men who had attacked with Þórður were unwounded. Those who were at the back of the ship now discovered that the water level was rising. Sigmundur Gunnarsson now ordered people to start bailing.

After this assault, the battle somewhat loosened in most places on the ships. Men on all the ten-oared boats now began cutting their bonds except for Helgi Halldórsson and his men. Jón Álftmýringr was the first man to flee, and a little later Bárður Hjörleifsson did the same, and then Sigurd vegglav next. Then Svarthöfði called to Sigurd and told him to wait. He did so. Svarthöfði, Hrafn snati, and some other man then went onto the ship. Svarthöfði asked Hrafn, his brother-in-law, to come and join him. Hrafn asked him what he knew of Þórður. He said he knew nothing of him.

Þeir Ketill Guðmundarson og Almar Þorkelsson lögðu all-
djarflega fram svo Bjarni Brandsson og Páll grís héldust einir
best við. En frálagan tókst þeim giftusamlega. Sanda-Bárður
hafði skip borðmest og lagði vel fram. Sótti þangað flest mann-
anna er helst þótti hléið. Fundu þeir Bárður og hans félagar
eigi fyrr en skipið var svo hlaðið að við því var búið að sökkva
mundi undir þeim. Var í þessari svipan allri saman mest sú
orustan að kastað var handsöxum og bolöxum í milli skipanna,
skotið selskutlum og hvaljárnum og barið öllu því er til fékkst,
bæði beitiásum og árahlummum.

Var þá bæði að flestir menn voru nokkvað tannsárir, tók þá
og flestum heldur að leiðast höggorustan og leituðu flestir menn
sér að hafa heldur hættuminna, þess er þeir verðu sig vel frýju.

En á því skipinu er þeir Þórður voru á staddir þá urðu menn
þar að standa í austri og var við sjálft að eigi mundi varið verða.
Finna þeir nú að skipið var meitt neðan. Biðja þeir Sigmundur
og Nikulás að hafa í árarnar og leggja frá. En er Þórður varð
þessa var þá bað hann þá eigi verða að undri og flýja þegar
bardagann. Þeir sögðu að sum skipin voru flúin en þetta skip er
nálega meitt til ófærs.

En öll önnur skip sögðu þeir búin að flýja og frá að leggja. En
Þórður trúði eigi fyrr en hann gekk sjálfur til að sjá austurinn.
En þeir létu meðan síga skipið á hömlu og snúa því næst.

En þegar er lið Þórðar sá af öðrum skipum að hann lagði frá
þá hét hver skipstjórnarmaður á sína liðsmenn að leysa sig úr
flotanum og flýr nú hvert skipið sem skjótast verður búið.

Hér um kvað Ingjaldur:

Mundi síst á sundi
svipknýjandi flýja
hildar garðs frá hörðu
hretviðri geirfletja
ef, hjaldrreitar, hóti
hlunnfáks sumir runnar,
gunnlátrs ruðu Gautar
glæðr, fastara stæðu.

Hrafn asked him to go where he pleased, 'though here now is Óttar snoppulangr, the killer of your brother.'

Svarthöfði replied that it did not matter, saying that he would deal with it when the victory was fated for them. Svarthöfði had received a large wound, though Hrafn did not know this. Svarthöfði and the others then rowed away to the mainland.

After Teitur had leapt away from his ship, Kolbeinn's men boarded it. There was now a frantic bearing of weapons on Kolbeinn Dufgusson's ship such that men did not stand their ground. Now everyone fled from that ship leaving Kolbeinn standing alone after. Then his men grabbed and dragged him awkwardly between the ships to them and from that he got four wounds, three to the thigh (of these two went through the thigh), and one to the sole of his foot which cut through to the cleft next to the big toe and was a great wound.

Ketill Guðmundarson and Almar Þorkelsson pushed forward with great bravery, as did Bjarni Brandsson and Páll grís, holding on as best they could. Luckily for them, the retreat began. Sanda-Bárður had the highest rising ship and had lain it well forward. Most of the men sought it out who considered it their preferred place of shelter. Bárður and his fellows did not discover before the fact that the ship was overloaded and about to sink beneath the waves. At this moment the battle for the most part involved the casting of daggers and poleaxes between ships, the throwing of harpoons for catching seals and whales, and the bearing of all that which was to hand was, even tacking booms and oar handles.

For the majority it was like pulling teeth, and most were beginning to get somewhat fatigued from the hand-to-hand combat. Thus, the larger part of the men began to seek out a degree of safety for themselves in such a way that they remained well clear of any questions concerning their honour.

On the ship on which Þórður and the others were stood men were still bailing water but it was inevitable that they would not be able to continue. They now discovered that the ship was damaged underneath. Sigmundur and Nikulás asked to use the oars and set off. And when Þórður became aware of this he ordered

Hér segir Ingjaldur og það hversu mörg skip hruðust af Kolbeini
í þessum bardaga:

Hrauð, þar er hermenn kníðu,
hlutvandr, dunur randa,
menn vissu það, þrenna
Þórðr hlaupmari borða.
Lýð frá eg líf við dauða
liðveljanda selja,
en lands þess er grið greindust,
galt Leirhafnar-Hjalti.

Og enn segir Ingjaldur frá liðsmun:

Íms hafði lið ljóma
leikherðandi verðar,
ruðust mél í styr stála
stinn, tveim hlutum minna.
Þar frá eg Þundar skýja
þingeggjanda leggja
Gunnar seims frá glaumi
göndlar skíðs um síðir.

En er snúið var skipinu Þórðar kallaði hann til Hrafns Odds-
sonar, biður hann fá sér menn nokkura. Hrafn sagði að þeir
þóttust hvergi of margir. En þó hljóp Hrafn þá á skipið til Þórðar
og þá hljópu fjórir menn eftir honum. Héldu þeir þá til lands inn
og svo hver sem búinn var.

Var þá umræða mikil á skipi Þórðar hversu langur bardaginn
hefði verið. Kom það ásamt með þeim að þá mundi sól vera nær
miðju landsuðri. En þá var lágur veggur undir sólinni er þeir
fundust.

Var Þórður þá allhugsjúkur því að þeir söknuðu fyrir víst þá
skipsins Sanda-Bárðar og svo Trékyllisins er Bjarni Brandsson
stýrði. Hugðu menn að því mundi Kolbeinn ekki reka flóttann
að þeir mundu hafa þessi skip í sínu valdi.

Þeir Bárður höfðu látið árarnar allar nema fjórar einar. Lagði
þá Bjarni að þeim og tók af þeim nær þrjá tigu manna en fékk

them to not bring about shame by immediately fleeing the battle.

They said that some ships had fled and that this ship had been rendered effectively useless due to the damage it had sustained.

'And all the other ships,' they said, 'prepare to flee and leave the battle.' But Þórður disbelieved this before he went himself and saw how waterlogged the ship was. While the ship sank, the men got into the rowing position and then turned it.

As soon as Þórður's forces on other ships saw that he was retreating, then each captain called to his crewmen telling them to loose themselves from the fleet and now each ship fled as soon as they were ready. About this, Ingjaldur says:

The warrior
would not flee
across the sea
from the hard battle
if some men would
stand firm a little longer.
The belligerents
reddened their swords.

Ingjaldur also says in this poem how many of Kolbeinn's ships were emptied in this battle:

Upright Þórður cleared three ships
where warriors fought
in the battle. People know this.
I have heard that troops
sacrificed their lives
for their commander there,
dying and breaking
the peace in the country.

And Ingjaldur also notes the strength of each navy:

þeim árar svo að þeir voru vel færir. Reru þá undan allir samt. Kolbeins menn reru eftir þeim á tveim skipum litlum og þorðu eigi á þá að ráða er þeir komu eftir og sneru aftur til flotans. Lágu þeir Kolbeinn þar á hafinu og biðu hafgolu því að ferjurnar voru þungar í róðri.

The warrior had the
smaller of the two forces.
Unyielding weapons were
reddened in the battle.
I have heard that the warrior
sailed swiftly to
the booming battle
and closed quarters.

When Þórður's ship turned he called out to Hrafn Oddsson, ordering him to get some men. Hrafn said that he thought he would not be able to find many. Then Hrafn leapt onto the ship to Þórður and four men followed him. All headed for dry land as soon as they were ready.

On Þórður's ship they discussed in detail how long the battle had lasted for. It was agreed that the sun was now near the middle of the southeast, but that the navies had met shortly after sunrise.

Þórður was at that time riven with anxiety because Sanda-Bárður's ship as well as the Trékyllir which Bjarni Brandsson captained were missing. The people thought that the reason that Kolbeinn was not currently pursuing those taking flight was because he had these ships in his power.

Bárður and his men had lost all but four of their oars. Bjarni placed his vessel alongside Bárður's ferry and sent thirty men onto it with their oars. Thus Sanda-Bárður's boat was well able to travel. Now they all rowed away together. Some of Kolbeinn's men rowed after them in two little boats but did not dare to attack when they reached them and so turned back and rejoined the rest of Kolbeinn's fleet.

Kolbeinn and his men remained out in the sea, awaiting a wind that would push them towards the shore, for the ships were too heavy to be rowed.

Þrítugasti og annar kafli

Þórður og hans menn sóttu róðurinn sem ákafast og stefndu inn undir Reykjanes því að þeir ætluðu að þangað mundi skemmst undir land. Var þá að lagt og upp gengið. Tóku menn þá vatn á skipin því að margir voru áður ákaflega þyrstir. Var þá nón dags. Þórður bað Hrafn Oddsson ganga þá á skip sitt og róa fyrir inn til Árness og láta taka hross þau öll sem voru í víkinni. Vil eg, sagði hann, að þeir menn sem mest eru sárir ríði hrossunum undan óvinum sínum en eigi taki þeir menn hrossin er vel mega ganga og fætur hræra. En vér verðum að bera hina á fjöll upp. Gerði nú Hrafn svo en Þórður fór meir af tómi.

Og er Þórður kom í víkina þá kenndi hann ferju Sanda-Bárðar og svo Trékyllinn að þeir reru þá utan að. Varð þar hinn mesti fagnafundur er þeir hittust. Rannsökuðu þeir þá liðið. Fundu þeir þá að þeir höfðu fáa eina menn látið en nálega var hver maður sár nokkuð, sá er með Þórði hafði verið. En öll alþýða var lítt sár.

Lét Þórður þá kalla saman liðið og skaut á húsþingi. Þakkaði hann mönnum þá góða fylgd og fór þar um mörgum fögrum orðum. Væntir mig að nú í dag muni yður þykja hafa um turnað hamingjan með okkur Kolbeini þann tíma er vér spyrjum þann mikla mannskaða er eg hygg að þeir skulu fengið hafa hjá því sem vér. Vil eg nú biðja yður, góðir hálsar, að þér leggið til hver það er ráðlegast þykir upp að taka. Er nú svo komið voru máli

Chapter Thirty-Two

Þórður and his men rowed as vigorously as they were able to and steered beneath Reykjanes, as they thought that route would bring them to land quickest. Then they went ashore, bringing water to the ships as many aboard suffered from thirst. It was now noon.

Þórður asked Hrafn Oddsson to board his ship and row ahead to Árnes and get all the horses in the bay. He said 'I want those men who are most wounded to use the horses to escape our enemies, but those who are able to walk can escape on their feet — so do not take the horses. The rest of us shall head for the hills.'

Hrafn went ahead, with Þórður travelling behind.

When Þórður arrived in the bay, he recognised two ships rowing towards them: Sanda-Bárður's ferry and the Trékyllir. When they met, they all greeted each other most joyfully. Then they considered their forces: they discovered that they had lost only a few men, but nearly everyone who had been with Þórður had some sort of injury. Nevertheless, among the common men, not many were wounded.

Þórður now summoned everyone together and held a council. He thanked the troops for their good support and spoke many beautiful words about it. He said 'I believe that today you have changed the game in the dealings between Kolbeinn

að þegar er Kolbeini gefur byr þá mun hann vestur hingað sigla og sýnist mér sem vér munum lítt við komast um undanferðina á skipunum með því að vér höfðum látið tréreiðann á flestum skipum vorum. Vil eg því að þér ráðið um með mér. Lögðu menn þá allmisjafnt til. Flestir þeir er skipin áttu fýstu að eigi skyldi við þau skilja. En þeir sem ekki áttu í skipum þá geymdu heldur hvað þeim þótti sér hættuminnst og verður það að endurmæli einu.

Og er Þórður sér að lítið nýtti af tillögum alþýðunnar þá tók hann svo til orðs: Svo góða raun hafið þér mér nú gefið, þessir hinir góðu mínir félagar og fóstbræður er mér hafa nú í dag svo skörulega fylgd veitt að varla munu á voru landi dæmi til finnast, að menn hafi við svo mikið ofurefli átt að skipta og svo í móti gengið drengilega sem guð þakki yður. Og eigi vil eg nú því launa yður að leiða yður nú enn á nýjaleik í háskann fyrir mínar sakir því að meira þykir mér verður einn góður drengur en allir þessir skiptötrar. Þarf hér eigi langt um að tala að menn skulu ryðja skipin og bera reiðann í kirkju og öll önnur föng. Skulu og þeir menn í kirkju er sárir eru og séu eigi með oss færir. Þeir menn skulu og með oss fara er vér hyggjum að eigi fái kirkju-grið.

Var það um náttmálaskeið er þetta var allt að gert og Þórður sneri áleiðis upp með fjalli frá Árnesi. Skildu þeir þá við hann Teitur Styrmisson og Egill Sölmundarson, Kolbeinn grön, Ásgrímur baulufótur og allir þeir er honum þóttu eigi færir með sér. Fékk hann þeim hross og ósára menn til fylgdar og skyldu þeir flytjast til Steingrímsfjarðar.

En er þeir komu skammt á fjallið þá gerðist Ásgrímur svo farinn af sárum að hann mátti eigi lengra fara. Var hann þá þar eftir og Gunnar nautatík og nokkurir menn aðrir. En Þórður og sú sveitin er með honum var sneri áleiðis og upp í dal þann er verður skammt upp frá Árnesi. Beiddi þá liðið hvíldar er þar var komið.

and me: I am sure we shall soon discover that they have lost far greater numbers of men than we have. Now I ask you, brave comrades, that everyone proposes the best plan they can. Our situation is such that, as soon as Kolbeinn has a favourable wind, he will sail west to here, and I think that it will be difficult for us to escape by boat as we have lost the rigging on nearly all. I therefore want you to give me your opinions concerning the road ahead.'

Now a large number of different suggestions were made. Most shipowners were keen not to part with them, though those who had no shares in shipping wanted to do that which seemed least risky: thus the debate went back and forth for a while.

When Þórður saw that the company's discussion was proving fruitless, he spoke: 'you have proved your courage and fidelity to me, my excellent comrades and foster brothers, who have given your aid today with such boldness that it would be difficult to find an instance of men who fought against such an overwhelming enemy force and managed to repel it with such valour. I will not reward you for your service by bringing you to death's door for my sake, because a brave man seems to have ten times the worth of all these shipwrecks. There is no need to talk any longer: men must empty the boats and carry the tackle and other supplies into the church. Those who are wounded and are unable to travel with us, they should go inside there also. However, those men who are unlikely to be granted sanctuary ought come with us.'

It was at dinnertime that all this was decided and when Þórður left and headed up the mount above Árnes. There he left Teitur Styrmisson, Egill Sölmundarson, Kolbeinn grön, Ásgrímur baulufótur, and all those who did not appear fit to travel with him. He provided them with horses and uninjured men to escort them: they were to travel to Steingrímsfjörður.

However, when they had reached a short distance up the mountain, Ásgrímur had become exhausted by his wounds to the extent that he could not journey any further. He remained there, along with Gunnar nautatík and some others. Þórður and those accompanying him went up the valley which goes a little

Fig. 9. The church at present-day Flugumýri, Skagafjörður. Photo by the author.

above Árnes. It was here that the troops demanded that they pause for respite.

Þrítugasti og þriðji kafli

Nú er frá því að segja er þeir Kolbeinn lágu eftir á flóanum. Lét hann nú rannsaka skip sín og skoðaði hve margt fallið var eða hvað svo var sárt að hann vildi eigi með sér hafa. Finnur hann nú að margt er fallið en fjöldi sár. Fær hann nú til tvö skip og liðfæra menn svo að birgt var og lætur flytja líkin norður til Skaga og sára menn.

Var þá að hugað hve mörg Þórðar skip þar lágu eftir og fundust þrjú. Voru á Þórðar skipi fallnir fjórir menn og engi þá enn látinn. Voru þá grið gefin Snorra Loftssyni og Ána Áskelssyni því að hann nefndist nafni Þórðar bróður síns. Steinólfur Þorbjarnarson var þegar höggvinn fyrir borð en Klemet smiður var þegar drepinn uppi í skipinu. Var Ánn þá leiddur upp á skip Einars langs Jónssonar.

Tóku þeir Kolbeins menn þá hvíld og biðu byrjar og átu mat. Og hugðu þeir að vandlega hve marga menn þeir höfðu látið í þessum bardaga og höfðu á átta tigi alls látist með þeim er síðar létust af sárum.

Þessir menn voru mest virðir af þeim er létust: Guðmundur frá Sökku, Hjalti Helgason, þeir Illugasynir, Einar dragi og Þorsteinn. Snorri Þórálfsson, Sigurður Rögnvaldsson.

Þá mælti Kolbeinn við Einar Jónsson að hann skyldi taka Snorra Loftsson til sín. Er þér, sagði hann, kunnast hver hvergi þeirra er Vestfirðinganna.

Chapter Thirty-Three

Now we must tell of Kolbeinn and his men, who were still out in the bay. He had his ships searched to discover how many men had fallen or become badly wounded enough that he would not want them with him. He then learned that many men had fallen and a lot were wounded. He now got two ships and crewed them with men who were fit to travel, and in these vessels had the corpses of the dead as well as the wounded men conveyed north to Skagi.

Next, they wondered how many of Þórður's ships had been left behind and they counted three. Aboard Þórður's ship, four men had fallen, though none of these were yet dead. Then mercy was granted to Snorri Loftsson, as well as Ánn Áskelsson because he called himself by the name of his brother Þórður. Steinólfur Þorbjarnarson was immediately killed and thrown overboard. Upon the ship, Klemet smiður was also slain. Ánn was then led up onto the ship of Einar langur Jónsson.

Kolbeinn's men then had a rest, waited to set off, and ate food. They thought hard about how many men had died in this battle and counted eighty dead in total including those who later died of their wounds.

These men were the worthiest of those who died: Guðmundur of Sakka, Hjalti Helgason, Snorri Þórálfsson, Sigurður Rögnvaldsson, and the sons of Illugi (Einar dragi and Þorsteinn).

Sjá þeir nú og að kyrrlegt gerir.

Og er Snorri kemur upp á skip Einars þá tekur hann til orða er hann kennir Án Áskelsson og mælti: Guð sé lofaður, Ánn félagi, er eg sé þig heilan.

En er Einar Jónsson heyrði þetta: Er svo, sagði hann, að Ánn fjandinn er hér er flest illt hefir gert oss?

Lét hann þegar taka Án og höggva fyrir borð.

Snorra þótti þetta verk svo illt að hann vildi nú gjarna heldur þagað hafa og heldur hafa látið allt það er hann átti og þótti of mjög af sér hlotist hafa. En þó fékk hann nú ekki að gert.

Eftir þetta biður Kolbeinn reisa viðuna og taka til segls. Vil eg því nú lýsa fyrir yður, sagði hann, að nú skal sigla vestur yfir Flóa að leita Þórðar þar til er vér finnumst og láta nú sverfa til stáls með oss. En ef vér finnumst eigi þá skulum vér sigla til Vestfjarða og herja, brenna bæi en drepa menn og eyða svo byggðina að Þórður megi eigi oftar þaðan eflast með ófriði á hendur oss. En þó segir mér svo hugur um að eigi sé ráðið að mér verði auðið að standa yfir höfuðsvörðum Þórðar svo sem hann rak nú úr færi að sinni. Og enn er það nær mínu hugboði að á þessum fundi muni hamingjuskipti orðið hafa með okkur Þórði. Hafið nú þá stefnu sem þér sáuð að þeir Þórður reru undan.

Siglir nú sá fyrst er skjótast var búinn vestur yfir Flóa.

Then Kolbeinn told Einar Jónsson that he should take custody of Snorri Loftsson, saying 'after all, it is you who know everyone among the Vestfirðingar.'

They also saw that calm had now fallen.

When Snorri came up onto Einar's ship, words tumbled from his mouth when he recognised Ánn Áskelsson and he said: 'God be praised that I find my comrade Ánn safe and sound!'

As soon as Einar Jónsson heard this, he said 'is it so that the fiend Ánn is here who has done such evil to us?'

He immediately had Ánn seized, struck with a blade, and thrown overboard.

Snorri thought this deed utterly evil and he wished now that he had been silent and lost everything which he owned, thinking too much had resulted from his actions. However, there was nothing he could do about it now.

After this, Kolbeinn ordered the sails raised so they could set off. 'I now want to declare before you all,' he said, 'that we shall now sail west across Húnaflói to search for Þórður until we find him and then have him fight it out to the last against us. But if we do not find him, then we sail to the Vestfirðir to harry, burn farms, kill men and so to desolate the whole settlement such that Þórður may never again use it as a base from which to launch warfare against us. However, my mind now says to me it is unlikely that I will have the good fortune to kill Þórður as he has got away from me on this occasion. Yet it is near to my thoughts that in this battle there must have been a shift in fortune between us and Þórður. Now let us congregate where you saw Þórður row away to.'

Now those who prepared fastest sailed west across Húnaflói first.

Þrítugasti og fjórði kafli

Nú er þar til að taka sem fyrr var frá horfið að Þórður hafði tekið hvíld uppi í dalnum. Hafa menn þá sofnað fast. Og er komið var að sólarfalli þá lætur Þórður vekja liðið og varð að ausa köldu vatni á marga menn áður fólkið vaknaði.

Þá bað Þórður að tveir menn skyldu ganga fram á fjallið yfir Árnes og hyggja að ef þeir sæju nakkvað til ferða Kolbeins. Fóru þá tveir menn fram á fjallið og komu aftur skjótt. Sögðu þeir Þórði að Kolbeinn sigldi þá utan að Trékyllisey.

Sagði Þórður að þá voru eigi setuefni. Bað hann menn þá vopna sig. Gekk Þórður þá upp á fjallið og kom ofan í Ingólfs-fjörð og úr Ingólfsfirði til Ófeigsfjarðar. Voru þá mennirnir svo þreyttir af mæði og blóðrás og svefnleysi að þá vildu menn eigi lengra fara. Lögðust menn þá niður og tóku á sig svefn.

En drottinsdaginn er Þórður vaknaði kallaði hann saman menn sína og spurði þá alþýðuna hvað þá væri líkast til ráðs að taka. Fann hann það skjótt að bændur voru heimfúsir. Kveðst Þórður gjarna vilja gefa þeim heimleyfi ef þeir kæmu til hans þegar er Kolbeinn siglir skipum hið ytra vestur fyrir. Hétu þar flestir góðu um. Sneru flestir þar á fjall upp og komu ofan í Ísa-firði. Gengu sumir hið efra um fjöll allt til Barðastrandar. Komu hverjir þar ofan í fjörðuna sem heima áttu.

Þórður sendi menn sína að leita að smáskipum. En áður menn skildu í Ófeigsfirði þá þakkaði Þórður mönnum fylgd sína

Chapter Thirty-Four

Now we must continue from where we left off, with Þórður encamped down in the valley. His men had fallen into a deep slumber. When the sun set, Þórður had his company awakened and cold water had to be poured on many of the men before they woke up.

Next, Þórður ordered two men to go away to the mountain above Árnes to find out if they could see anything of Kolbeinn's journey. Two men went off to the mountain and came back quickly. They told Þórður that Kolbeinn was now sailing towards Trékyllisey.

Þórður said that now was not the time to relax. He called his men to arms. Þórður then went up onto the mountain and came back down at Ingólfsfjörður and went from there to Ófeigsfjörður. Men were now completely exhausted from shortness of breath, blood-loss, and lack of sleep, and they refused to travel any further. Everyone then lay down and went to sleep.

On Sunday when Þórður woke up he called together his men and asked then all the people what plan they would like to adopt. He soon found that the householders were keen to return home. Þórður said he would like to give them leave to return home, provided they immediately came to him if Kolbeinn sailed his ships west around the top of the peninsular. Most there were content to make this promise. Most of the men turned from

er þeir höfðu honum veitt, kveðst öllum skyldu það með góðu launa ef guð gæfi honum tíma til.

Fór Þórður þá út á Engines og þaðan til Dranga og þá til Furufjarðar. Setti Þórður þá menn út á Stigagnúp að verða varir við ef Kolbeinn sigldi hið ytra með skipum.

En Þórður fór og kom Pétursmessumorgun í Holt í Önundarfjörð.

there up to the mountain and came down at Ísafjörður. Some went over the upper mountains all the way to Barðaströnd. Each person came down to the fjord where he had his home.

Þórður sent his men to search for small ships. Before the people parted at Ófeigsfjörður, Þórður thanked those men in his following who had helped him, saying that all should receive good rewards from him if God gave him the opportunity to give them.

Now Þórður went out to Engines, then from there to Drangir, and thence to Furufjörður. Þórður next placed men out at Stigagnúp to watch out in case Kolbeinn sailed around with his ships.

Þórður continued on his way and arrived at Holt in Önundarfjörður on the morning of Saint Peter's mass day.

Þrítugasti og fimmti kafli

En þá er Kolbeinn kom í Trékyllisvík gekk hann á land í Árnesi og lét kanna kirkjuna og vildi vita hvað þar væri þeirra manna er honum þætti slægur til vera. En er hann öngan fann þann er hann vildi nokkuð að gera þá rændu þeir kirkjuna og tóku slíkt er þeir fengu.

Drottinsmorguninn fékk Kolbeinn njósn af að sáramenn nokkurir mundu vera uppi á fjallinu. Gerði hann þá menn upp á fjallið að leita þeirra. Hittu þeir Ásgrím Gilsson er kallaður var baulufótur. Beiddi hann sér griða til fundar við Kolbein og þeir játuðu honum því og fluttu hann heim í Árnes. Frændur hans báðu honum griða við Kolbein að hann mundi hann láta njóta mágsemdar því að Kolbeinn hafði fyrri fylgt Hallberu systur hans. Kolbeinn kveðst eigi vilja sjá hann og bað hálshöggva hann. Fékk hann þá til mann að drepa hann.

Eftir það lét Kolbeinn taka skip öll og hafði sum með sér en sum lét hann brenna. Í þessi ferð var það gert sem aldrei hafði fyrr verið á Íslandi. Hann lét taka hvalina suma en í suma lét hann eld leggja og brenna upp, sagði að eigi skyldi Þórður ala sig á þeim eða menn sína til ófriðar honum. Rændi Kolbeinn þá allar Strandir og sigldi þaðan til Vestfjarða og kveðst þá aleyða skyldu svo að Þórður mætti þaðan eigi eflast með ófriði.

Hinn næsta dag eftir Pétursmessu sigldi Kolbeinn inn eftir Ísafirði.

Chapter Thirty-Five

Once Kolbeinn arrived at Trékyllisvík, he landed at Árnes and had the church searched for any men they might torture or kill. But when they found no-one, he wanted to do something and so had the church plundered for all movable goods.

On Sunday morning Kolbeinn got intelligence that there were some wounded men upon the mountain. He thus sent men up the mountain to search for them. They met Ásgrímur baulufótur Gilsson. He asked for safe conduct to meet with Kolbeinn and they granted him that and they took him home to Árnes. His kinsmen asked Kolbeinn to grant him the mercy that was the benefit of kinship because Kolbeinn had previously had Hallbera, his sister, as a concubine. Kolbeinn said he did not want to see him and ordered his head cut off. He then ordered a man to kill him.

Next, Kolbeinn had all the vessels impounded, taking some with him and having the rest burned. On this expedition things were done that never had been before in Iceland. He had some whales seized and some he had set on fire and burned up, saying that neither Þórður nor his men should feed themselves with them to wage war against him. Kolbeinn now raided the whole of Strandir and sailed thence to the Vestfirðir and said that they would lay waste such that Þórður might never be able to raise forces for war from there.

Geirmundur son Fanga-Ljóts sá þá skipin er hann var á njósn og fór þegar þar til er hann fann Þórð og sagði honum. En Kolbeinn fór þá með skip sín inn til Æðeyjar og lagði þar til hafnar. En er Geirmundur kom í Holt sat Þórður yfir borðum og hans menn allir. En þegar er Geirmundur mátti segja tíðindi þá bað hann Þórð úti verða, sagði að Kolbeinn mundi ókominn aðeins vera nema hann hefði siglt inn til Ísafjarðar.

Var þá hrundið fram borðunum og hljópu menn þá til vopna og herklæddust en sumir leituðu að hestum. En er hestarnir komu að þá sendi Þórður alla vega menn frá sér til mannsafnaðar. Hrafn Oddsson sendi hann vestur á Rauðasand og Barðaströnd og um alla Vestfjörðu sendi hann menn. En Ingjald Geirmundarson sendi hann til móts við Sturlu Þórðarson og Þorleif Þórðarson og Böðvar Þórðarson að þeir kæmu allir til móts við hann í Breiðafjörð. En Eyjólf Eyjólfsson sendi hann til Ísafjarðar að safna þar mönnum. En Þórður sjálfur skyldi safna liði um Önundarfjörð og skyldu finnast allir saman laugarkveldið út í Dýrafirði.

En er Kolbeinn kom í Æðey þá fann hann Þórdís Snorradóttir og Einar Þorvaldsson og sendu þá orð öllum hinum stærrum bóndum fyrir norðan Ísafjörð og öllum þeim sem í friði vildu hafa fé sitt og fjör, þá skyldu allir koma til móts við Kolbein og sverja honum trúnaðareiða. Skutust þá margir við Þórð í trúnaðinum og fóru til fundar við Kolbein. Sumir lágu úti á fjöllum með bú sín svo að aleyða voru eftir bæirnir.

Fyrir norðan Dýrafjörð kom Þórður ekki upp mönnum og gafst þá upp safnaðurinn. Fór Þórður þá út á Eyri. Kom þá Hrafn og Gísli vestan að til Arnarfjarðar með níu tigi manna. Fundust þeir Þórður þá. Þótti honum þá engi föng á viðtöku þó að Kolbeinn sigldi vestur í fjörðuna. Lét hann þá fara heim hið óknálegra liðið en lét taka fjóra teinæringa og lét flytja til Barðastrandar og sté þar á skip með sex tigu manna og fór suður um Breiðafjörð til Fagureyjar. Fann hann þar Sturlu frænda sinn. Spurði hann þá að Gissur Þorvaldsson var kominn í Breiðafjarðardali með fjölmenni. Hafði hann þá sæst við Jón Sturluson. Voru mál öll lögð í konungs dóm.

The day after the mass day of Saint Peter, Kolbeinn sailed through Ísafjörður.

Geirmundur, the son of Fanga-Ljótur, saw the ship that he had been looking out for and straightaway headed off until he found Þórður and informed him. Kolbeinn now went with his ship to Æðey and laid them there in the harbour. When Geirmundur came to Holt, Þórður was sat at table with all his men. As soon as Geirmundur could, he told them the news and asked Þórður to leave, saying that Kolbeinn would be arriving imminently unless he had sailed into Ísafjörður.

Now the tables were pushed away and men seized their weapons and donned their armour and some searched for horses. When the horses arrived, Þórður sent messengers in all directions to raise troops. Hrafn Oddsson he sent westwards to Rauðasandur and Barðaströnd, and others all around the Vestfirðir. He also sent Ingjaldur Geirmundarson to Sturla Þórðarson and Þorleifur Þórðarson to Böðvar Þórðarson, to call on both to meet him in Breiðafjörður. Still further, he sent Eyjólfur Eyjólfsson to Ísafjörður to gather men there. Þórður himself went to gather men in Önundarfjörður. Everyone was to rendezvous in Dýrafjörður on Saturday night.

When Kolbeinn came to Æðey, he met Þordís Snorradóttir and Einar Þorvaldsson. They sent messengers to all the most substantial householders from north of Ísafjörður, letting them know that all who wanted to save their lives and property should come to Kolbeinn and swear him an oath of allegiance. Now, some men reneged on their loyalty to Þórður and sought out Kolbeinn. Nevertheless, other hid in the mountains with their livestock, leaving their farms empty.

Þórður did not succeed in raising troops north of Dýrafjörður and he then abandoned his attempt to recruit men. Þórður went out to Hrafnseyri. Hrafn and Gísli came from the west to Arnarfjörður with ninety men. They met Þórður then. Þórður now deemed that they did not have a large enough gathering to resist Kolbeinn should he sail west and into the fjord. After this, he let the weaker members of his force go home but had seized four ten-oared boats and had them moved to Barðaströnd. He

En er Þórður spurði að Gissur var út kominn þá söfnuðu þeir liði Þórðarsynir, Sturla og Böðvar, um Borgarfjörð og út um Snæfellsnes og utan um Skógarströnd og um Gilsfjörð. En er Gissur spurði að Þórður var vestan kominn og hafði liðsafnað þá ríður Gissur þegar suður aftur.

Þetta sumar var Tósti Dagfinnsson fóthöggvinn báðum fótum. Hét sá maður Ingólfur og var Ólafsson er honum veitti áverka.

Kolbeinn sigldi vestan þá er hann þóttist til þess búinn vera og sat þá heima á Flugumýri um kyrrt.

Þórður fór þá vestur í fjörðu og sat á Eyri um sumarið. Var þá kyrrt um hríð.

boarded along with sixty other men and headed southwards over Breiðafjörður to Fagurey where he met his kinsmen Sturla. Here, he discovered that Gissur Þorvaldsson had come to Breiðafjarðardalur with a large number of men. He had reached a settlement with Jón Sturluson, and all their disagreements were to be arbitrated by King Håkon.

After Þórður discovered that Gissur had returned to Iceland, the sons of Þórður Sturluson, Sturla and Böðvar, gathered men from Borgarfjörður, Snæfellsnes, Skógarströnd, and Gilsfjörður. When Gissur heard that Þórður had arrived from the west with forces, he immediately fled south.

That summer, Tósti Dagfinnsson had his legs cut off by a man named Ingólfur Ólafsson.

Kolbeinn sailed home when he considered his mission complete and resided quietly at Flugumýri. Þórður returned to the Vestfirðir and remained alert throughout the summer. All was quiet now for a while.

Þrítugasti og sjötti kafli

Þórður kom vestan milli Maríumessna með mikla sveit og riðu þeir Sturla þá suður í Dala og kvöddu menn upp. Þeir fengu þá enn hundrað manna og riðu norður Haukadalsskarð og ætluðu að Kolbeini til Skagafjarðar. Þeir riðu til Miðfjarðar og svo norður þar til er þeir komu í Miðhóp. Þá sáu þeir að njósnir gengu fyrir þá út til Þingeyra en þar voru menn Kolbeins, Ólafur chaim og annar.

Maður hét Harri er þar bjó í Miðhópi. Hann var þá í braut riðinn og hafði hest allgóðan. Riðu þeir Þórður þá norður til Hólavaðs. Sá þá norður til bæjanna að sumir hleyptu í fjallið en sumir norðurleiðina.

Gerðist þá kurr í liðinu að óráðlegt væri að ríða lengra. Var þá um rætt að Sturla skyldi eiga um við Þórð að aftur væri snúið. Sturla vildi það eigi því að honum þótti þeir hafa ámælt sér um sumarið að þeir hefðu slælega riðið að þeim Brandi Kolbeins-syni. Riðu þeir þar til er þeir komu til Giljár.

Þá ræddi Þórður um að þeir skyldu aftur snúa: Sé eg nú að þér metið við mig atkvæði.

Þeir riðu um kveldið í Miðhóp en um daginn eftir vestur til Hrútafjarðar og lágu úti um nóttina á Hrútafjarðarhálsi.

En þann aftan kom Kolbeinn með þrjú hundruð manna í Miðfjörð og komust þeir nauðulega í kirkju Gilssynir, Kálfur og Úlfhéðinn. En síðan sendi Kolbeinn Kálf vestur eftir Þórði að

Chapter Thirty-Six

Þórður arrived from the west with a great army between the mass days of Mary. Sturla and Þórður then rode south to Dalir and raised troops: they gathered 120 men. Next, they rode northwards over Haukadalsskarð, heading for Kolbeinn in Skagafjörður. They rode to Miðfjörður and thence further north until they arrived at Miðhóp. There they learned that news of their coming had already arrived at Þingeyrar, where Ólafur chaim and another of Kolbeinn's men were.

There lived a man named Harri at Miðhóp: he was away and had a good horse. Þórður and his men rode north to Hólavað. They saw that north of the farms, the householders had run into the mountains or along the roads leading north.

Then many in the army deemed it was inadvisable to ride any further, and they asked Sturla to convince Þórður to turn around. But Sturla would not do this, because he thought that — when he was in command in the summer — he had not attacked Brandur Kolbeinsson and his forces with sufficient vigour. They continued on until they came to Giljá.

Now Þórður declared that they would turn back: 'I see that it is up to me to decide.'

In the evening they went to Miðhóp and the next day west to Hrútafjörður. They slept outside at Hrútafjarðarháls.

leita um sættir eða grið og fann hann Þórð á Staðarhóli. Voru þá enn grið sett til veturnátta.

Jafnan lét Kolbeinn leita um sættir en aldrei vildi hann sveitir eða goðorð upp gefa eða fé það er Sighvatur hafði átt.

Meðan þeir voru norður urðu afturreka skip tvö í Hvítá, Eyvindur brattur er út lét úr Dögurðarnesi og Höfðabússan er þar hafði út látið.

Þórður fór nú í fjörðu vestur og var á Eyri um veturinn en stundum suður í sveitum. Þann vetur kvongaðist Hákon galinn.

En um vorið tóku til meðalferðir. Var það þá mælt að þeir mundu fara utan báðir, Kolbeinn og Þórður, og skyldi Hákon konungur gera um öll mál þeirra en Kolbeinn skyldi láta fá Þórði sex tigu hundraða vaðmála til fararefna. Og það kom fram og var vara sú færð til Hvítár.

That evening, Kolbeinn arrived in Miðfjörður with 360 men, and the sons of Gils, Kálfur and Úlfheðinn, barely made it into the church. Then Kolbeinn sent Kálfur west to Þórður to negotiate a settlement or truce. Kálfur met Þórður at Staðarhóll. There was to be a truce during the winter nights.

Kolbeinn was constantly offering a settlement, but never wanted to give up the districts, chieftaincies, or property which had belonged to Sighvatur.

While they were in the north, two ships were driven back to Hvítá: Eyvind bratt's vessel which had sailed to Dögurðarnes, and Höfðabússan which had sailed out from Hvítá.

Þórður went to the Vestfirðir, spending the winter at Hrafnseyri and sometimes in the south of the region. That winter, Hákon galinn married.

In the spring, mediators went between the two sides. It was agreed that both Kolbeinn and Þórður would go abroad and that King Håkon would arbitrate all cases between them. It was also decided that Kolbeinn would give Þórður the equivalent of 7,200 ells of wadmal to fund his travel. This was duly provided and shipped to Hvítá.

Þrítugasti og sjöundi kafli

En er á leið vorið tók mein Kolbeins að vaxa og lagðist hann í rekkju. Sá hann þá að hann var ekki fær til utanferðar. Var þá sent eftir Gissuri og kom hann norður. Tók þá að líða að um mátt Kolbeins. Vildi hann allt fá Gissuri í hendur og þeim Brandi Kolbeinssyni. En Gissur var þess eigi búinn en hét að veita Brandi frænda sínum, ef hann væri fyrir sveitum, allt slíkt gott sem hann hefði föng á og færi. Var það þá ráðs tekið að sent var vestur til Þórðar og voru þá upp gefnar sveitir fyrir norðan Öxnadalsheiði og svo öll hans föðurleifð. Skyldi hann þá selja grið í mót og játta sættum. En öll héruð fyrir vestan Öxnadalsheiði voru fengin Brandi Kolbeinssyni allt til Hrútafjarðarár. Skyldi hann veita Gissuri slíkt er hann vildi og hvor þeirra öðrum. Voru bændur í Skagafirði til Brands fúsastir þegar Kolbein leið því að hann var vinsæll af allri alþýðu. Vildi Kolbeinn og Brand helst í sinn stað. Lýsti Kolbeinn því og þá fyrir öllum mönnum þeim er þá komu að finna hann í sjúkleikanum að Brandur ætti allan þorra goðorða í Skagafirði og mikið fyrir vestan heiði þó að hann hafi mér vel unnað með að fara.

Var við þetta tal Kolbeins Brandur prestur Jónsson er síðan var biskup að Hólum. Hann kom sunnan með Gissuri og var systrungur Brands Kolbeinssonar. Staðar-Kolbeinn var þar við og eggjuðu þeir báðir Brand viðtöku sveitanna. Fylgdarmannasveit Kolbeins unga báðu hann allir til að hann skyldi fyrir bin-

Chapter Thirty-Seven

When spring arrived, Kolbeinn's injury had worsened to the extent that he was bedridden, and it was apparent that he would not be fit to travel abroad.

Gissur was sent for and he came north. Kolbeinn's strength now diminished. He wanted to hand over everything to Gissur and Brandur Kolbeinsson. Gissur, however, was not prepared to accept this, but promised to help his kinsman Brandur, if he became leader of the districts, with all the assistance he could provide and perform. It was then decided that they should send a message west to Þórður, stating that all the districts north of Öxnadalsheiði would be returned to him as well as his patrimony. In return, he was to declare an armistice and agree to a settlement. All the districts between Öxnadalsheiði and Hrúta-fjarðará were given to Brandur Kolbeinsson. He and Gissur were to support each other whenever one of them needed it. The Skagfirðingar wanted Brandur to be their leader after Kolbeinn, for he was incredibly popular among the commons. Kolbeinn also wanted Brandur to be his successor. Kolbeinn told all the men who visited him during his illness that most of the chieftaincies in Skagafjörður and west of the heath were in Brandur's possession, 'though,' he added, 'he has allowed me to manage them.'

dast málum þeirra. Var Brandur þá á Flugumýri en Gissur reið suður. Kolbeinn ungi andaðist það sumar Maríumessu Magðalenu. Þá var hann hálffertugur að aldri sem Arnór faðir hans og Kolbeinn Tumason föðurbróðir hans er hann var heitinn eftir. Kolbeinn var mjög harmdauði sínum mönnum og kunningjum og svo allri alþýðu í Skagafirði. Hann var færður til Hóla út og grafinn fyrir kirkjudyrum hjá Kolbeini Tumasyni.

The priest Brandur Jónsson — who later became Bishop of Hólar — witnessed this statement by Kolbeinn. He came from the south with Gissur and was Brandur Kolbeinn's cousin on his mother's side. Staðar-Kolbeinn was there also and both he and the priest urged Brandur Kolbeinsson to take over the districts. Kolbeinn ungi's whole retinue asked Brandur to bind their fates to his. Brandur now remained at Flugumýri and Gissur rode south.

Kolbeinn ungi died that summer on the mass day of Mary Magdalene. He was then thirty-five years old: the same age as his father Arnór and father's brother Kolbeinn Tumason — for whom he was named — had been when they died. Kolbeinn was greatly mourned by his men, those who knew him, and all the Skagfirðingar. His body was taken to Hólar and buried in front of the church door beside Kolbeinn Tumason.

Þrítugasti og áttundi kafli

Eftir það var fundur áttur að Hestaþingshamri. Kom þar fjölmennt um héraðið og svo vestan um heiði. Var þá Brandur þar kosinn yfir allar sveitir þær er áður voru til nefndar. Hafði hann þá tekjur allar af sveitunum þær er Kolbeinn hafði áður haft og sauðatoll. Hafði hann þá bú mikið að Stað og fjölmennt.

Um haustið komu þeir menn til Brands er verið höfðu fylgdarmenn Kolbeins unga, Gegnir Illugason, Hámundur Þórðarson, Gísli Barkarson, Halldór nef, Óttar snoppulangur, Ögmundur vandræðamágur, Ásgrímur Ormsson, Ölviður Einarsson. Ásbjörn Illugason var þar löngum um veturinn og svo Broddi Þorleifsson. Arnór Eiríksson, systurson Brands, var þar um veturinn.

Chapter Thirty-Eight

At that time a meeting was held at Hestaþingshamar and many gathered there from all around the region of Skagafjörður (including the districts west of Vatnsskarð). Brandur was then elected leader of all the districts which were mentioned earlier. He was to receive all the income from the districts which Kolbeinn had previously had, as well as the sheep tax. At that time he retained a grand and populous establishment at Staður.

In the autumn, those who had been Kolbeinn ungi's retainers came to Brandur: Gegnir Illugason, Hámundur Þórðarson, Gísli Barkarson, Halldór nef, Óttar snoppulangur, Ögmundur vandræðamágur, Ásgrímur Ormsson, and Ölviður Einarsson. Ásbjörn Illugason and Broddi Þorleifsson were there for a long time during the winter, along with the son of Brandur's sister, Arnór Eiríksson.

Þrítugasti og níundi kafli

Það er að segja frá þeim vestur í sveitunum að í þenna tíma bað Hrafn Oddsson Þuríðar Sturludóttur. Flutti Þórður það mjög og var brúðlaup þeirra að Sauðafelli um sumarið.

Þetta sumar fór Svarthöfði utan í Hvítá með vöru þeirri er Kolbeinn ungi hafði fengið Þórði.

Þórður fór norður eftir brullaup Hrafns. Var svo mælt að Eyfirðingar skyldu koma norðan í mót honum til Miðfjarðar. Þórður reið norður með heimamenn sína. Var það á þriðja tigi manna. Sturla hafði og nær tuttugu menn. Þorleifur úr Görðum fór enn með tuttugu menn. Þar var og Ketill Þorláksson og Guðmundur undan Felli og margir bændur að boði Þórðar. Þeir voru alls meir en átta tigir manna. En er þeir komu til Miðfjarðar voru Eyfirðingar þar fyrir með átta tigu manna. Riðu þeir þá norður allir saman. Þórður kom í Eyjafjörð Lafransmessudag.

Þann sama dag sigldi þar skip af hafi. Þar var á Gunnar brattur. Þá var sagt lát Órækju Snorrasonar. Hafði hann andast Jónsmessu baptista um sumarið.

Fór Þórður þá til skips og keypti hann þar bjór mikinn og lét flytja inn til Grundar. Var þar búið til veislu á Maríumessudag en sunnudaginn fyrir hafði hann fund í Kristnesi við alla héraðsmenn. Þeir unnu honum eiða og gáfu upp allt það er þeir höfðu að varðveita og Sighvatur hafði átt. Hann hafði veislu fagra á Maríumessu og gaf stórgjafir þeim er honum höfðu norður

Chapter Thirty-Nine

Concerning those living in the western districts, it is to be reported that at this time Hrafn Oddsson wooed Þuríður Sturludóttir. Þórður strongly supported this, and their wedding was held during the summer at Sauðafell.

That summer, Svarthöfði travelled abroad from Hvítá with the goods that Kolbeinn ungi had left Þórður.

After Hrafn's wedding, Þórður travelled to the north, and it was arranged that the Eyfirðingar would meet him at Miðfjörður. Þórður rode north with his retainers — around thirty men. Sturla was accompanied by twenty men, as was Þorleifur from Garðar. Ketill Þorláksson and Guðmundur from Fell were also present at Þórður's meeting, along with many householders. Together they were more than eighty men in total. When they came to Miðfjörður, the Eyfirðingar were there with eighty men, and after meeting they rode north all together. Þórður came to Eyjafjörður on the mass day of Saint Laurence.

That same day, a seafaring ship landed: Gunnar was aboard. Órækja Snorrason's death was then reported, he had died on the mass day of John the Baptist during the summer.

Þórður went to the ship and bought a lot of ale, which he brought to Grund. A great feast was prepared for the mass day of Mary. On the Sunday before, he held a meeting at Kristnes with all the region's inhabitants. They swore oaths of allegiance

fylgt. En Þórður var eftir með sveit sína er þeir riðu vestur og voru þeir margir tillagaillir.

Fylgdarmenn Kolbeins voru flestir með Helgu á Flugumýri. Þeir voru gemsmiklir, Einar langur og Gegnir Illugason og enn fleiri aðrir.

to him and returned everything of Sighvatur's that they owned to him. He held a splendid feat on the mass of Saint Mary and gave expensive gifts to those who had accompanied him north. Þórður remained with his company but the others went west and spoke many evil words about the Skagfirðingar.

Most of Kolbeinn's retainers were with Helga at Flugumýri. They — Einar langur, Gegnir Illugason, and many others — were full of gibes.

Fertugasti kafli

Brandur hafði bú á Stað í Skagafirði sem fyrr var ritað. Hann var vinsæll maður. Hafði hann mannmargt með sér og hélt sér vel upp og hafði risnu mikla í búi. Hann var manna örvastur af fé. Hafði hann því orðstír góðan. Svo segir Ingjaldur Geirmundarson í flokki þeim er hann orti um Brand Kolbeinsson:

Mætr fékk orðstír ýta
álmrjóðandi góðan.
Ítr kunni blik brjóta
Brandr glymfjöturs landa.
Lítt unni sá sleitum
seim hyrbroti geima.
Oft gefna lét jafnan
oddrjóðr vinum hodda.

Vell gaf varga fyllir
vingóðr kyni þjóðar.
Veitti auð, sá er átti,
oddrógs boði, gnógan.
Blíðr var ör af auði
oddstiklandi miklum.
Þær lifa víst, er voru,
vinsæls skörungs minjar.

Chapter Forty

Brandur lived at Staður in Skagafjörður, as was written before. He was a popular man. Brandur had many men with him and lived in high style and had received many guests in his household. He was a generous man with wealth and had from that a good reputation. So says Ingjaldur Geirmundarson in *Brands-flokkur*, which he composed about Brandur Kolbeinsson:

> Among men the glorious Brandur
> won a fine reputation, for
> this excellent warrior made
> a habit of sharing his wealth.
> The generous man had little love
> for holding back capital:
> the champion regularly and often
> dispensed treasure to his friends.
>
> The friend-blessed warrior
> gave gold to the common people,
> distributing riches as much
> as he overflowed with them.
> This man was most generous
> with his great fortune:

Fylgdarmenn þeir er verið höfðu með Kolbeini unga en þá voru með Brandi voru eigi trúir að því að þeir færu með dansagerðir þær er Þórði gast eigi að. Kom það til eyrna Þórði.

Og þá er Brandur varð var við flimtan þeirra bað hann þá skjótt niður leggja og fara eigi með slík illindi, sagði að þar mætti mikið illt af standa en ekki gott. Gerðist þá orðasveimur mikill í milli héraðanna. Þórður var fáorður en þó líkaði honum þungt allt saman, gems þeirra og þung málaefni er honum þótti þeir hafa við sig.

Mart var þá í Skagafirði röskra manna en þessir voru mest til ráðastoðar með Brandi: Broddi Þorleifsson mágur Kolbeins, Ásbjörn Illugason, Einar langur, Ólafur chaim, hann bjó þá á Miklabæ í Blönduhlíð, og fleiri aðrir er verið höfðu vinir Kolbeins.

Þórður hafði margt fylgdarmanna með sér og gerðist raunmikill orðasveimur er á leið veturinn. Var þá ber fjandskapur milli héraðanna er á leið veturinn en við bárust öll vandræði framan til páska. En grið stóðu milli allra manna fram um alþingi. Og var sú sætt stofnuð að tólf manna dómur skyldi á öllum málum, þeirra manna er best þættu til fallnir á öllu Íslandi.

Oft sást stjarnan kómeta um veturinn.

Menn Þórðar fóru jafnan vestur í sveitir um veturinn að erindum sínum og hann sendi orð vinum sínum þeim er hann vildi að norður kæmu. Teitur Styrmisson fór norður milli jóla og föstu. Hann átti bú í Flatey og hann hafði um haustið fengið Sigríðar Hálfdanardóttur. Hrafn Oddsson og Eyjólfur frændi hans komu vestan á föstunni. Þeir Þórarinn Tómasson og Hákon galinn komu þá og vestan frá Sturlu og var Þórarinn þá heimamaður Þórðar. Björn drumbur fór og þá norður og Páll kappgnógur.

Um vorið á páskum sendi Þórður Nikulás Oddsson og Almar Þorkelsson norður til Öxarfjarðar í liðsafnað og stefndi liðinu norðan í páskavikunni.

the memory of such a popular
and prestigious person shall endure.

Kolbeinn ungi's former retainers, who now served Brandur, did
not act in good faith because they produced parodies which dis-
pleased Þórður. They reached Þórður's ears.

When Brandur became aware of their lampoons he ordered
them to stop behaving with such malice, saying that only great
evil would come of it and not good. It now happened that there
were a great number of rumours circulating throughout the re-
gions. Þórður had little to say on the matter, however, he found
their lampoons and all the offences they had perpetrated against
him burdensome, all the same.

There were many bold men in Skagafjörður at this time and
these were the closest advisors of Brandur: Broddi Þorleifsson
(Kolbeinn's brother-in-law), Ásbjörn Illugason, Einar langr,
Óláfr chaim (he lived then at Miklabær on Blönduhlíð), and
many others who had been friends of Kolbeinn.

Þórður had many retainers with him and there were a lot of
rumours flying around during the winter. As winter drew on,
enmity emerged between the regions, but all troubles were pre-
vented until Easter. A truce continued to stand between all the
men until the general assembly. There it was agreed that twelve
men should pass judgment on all their cases, those men who
were thought to be the worthiest in all Iceland.

Often a comet was seen amongst the stars during the winter.

Þórður's men went often in the western districts during the
winter on errands and he sent word to his friends as to when
he wanted them to come north. Teitur Styrmisson went north
between Christmas and the fast. He had a farm on Flatey and
he had married Sigríður Hálfdanardóttir during the autumn.
Hrafn Oddsson and his kinsman Eyjólfur came went dur-
ing the fast. Then Þórarinn Tómasson and Hákon galinn also
came from Sturla in the west. At this time, Þórarinn was one of
Þórður's attendants. Björn drumbur and Páll kappgnógur then
went north as well.

Fig. 10. Kakalaskáli, set up to commemorate the Battle of Haugsnes. Photo by the author.

In the spring, around Easter, Þórður sent Nikulás Oddsson and Almar Þorkelsson north to Öxafjörður to gather troops and bring them south during Easter week.

Fertugasti og fyrsti kafli

Snemma í föstunni sendi Brandur menn sína suður til Gissurar, Gegni Illugason og Hámund Þórðarson, með bréfi. Það sagði svo:

Gissuri Þorvaldssyni sendir Brandur af Stað kveðju guðs og sína fullkomna vináttu. Slíkt hið sama er mitt skaplyndi um samband við þig frændi sem í fyrra sumar ræddum við og fyrir því að ekki minnkar nauðsyn hvorratveggju að vér höldumst saman sem best.

Kyrrt má kalla um hagi Þórðar allt til föstuígangs. Þá gerðist marga vega umleitan bæði um handsöl á löndum í Skagafirði í héraði voru, og heitast til og kallað sættarof ef eigi er uppi látið. Mjög leita og Þórðar menn sína vini undan oss að heimta með þvílíku sem þá verður helst við komist. Leitað hefir og verið að semja aðra sætt en áður var ger við oss. Það er orðtak Þórðar að engar megi heilar sættir verða nema hann hafi allan Norðlendingafjórðung undir sér að forráði. Hann þykist nú og allan Borgarfjörð eiga og kallar Þorleif úr Görðum öruggan vin sinn.

Nú ger svo vel frændi, reyn slíka menn sannri raun. Það vildum vér og að þú tækir alla kosti af Borgarfirði eftir boði konungs því að oss þykir þar allgott að að veita. Sannspurt höfum vér að Þórður sendi bréf Sigvarði biskupi að leyfa sér kirkjugöngu og sex mönnum með honum og þar með að hann skyldi halda yður frá málum við oss Skagfirðinga og hann hafi

Chapter Forty-One

Early in the fast, Brandur sent his men Gegnir Illugason and Hámundur Þórðarson south to Gissur with a letter. Its contents were as follows:

"Brandur from Staður sends Gissur Þorvaldsson his greetings and everlasting friendship. My views on an alliance with you, kinsman, are much the same as they were when we discussed the matter last summer, especially given that the need for us to remain united has at best remained the same. It must be admitted that Þórður kept himself quiet until the beginning of the fast. Then, we had many attempts launched from both sides to negotiate over ownership of land sold through handshake agreements in our region of Skagafjörður, along with threats and promises to break the truce if these are not given up. Þórður's men are seeking to turn their friends against us with such means as they are able to. We have also tried to broker additional settlements beyond those which before have already been agreed to. Þórður has proclaimed that there will be no secure settlement reached until he has the entire Northern Quarter under his authority. He thinks now that he owns all Borgarfjörður and calls Þorleifur of Garðar his trusted friend. Now kinsman, please endeavour to ascertain the sincerity of these men. It is also our wish that

því heitið. En það vitum vér að biskup sendi bréf Steinmóði
presti að leiða hann í kirkju og svo gerði hann.

Vel treystum vér héraðsmönnum velflestum víst ef þú sýnir
þig þar hjá oss. Tregt veitir oss heldur að fá gerðarmenn. Þykir
vant og mikið í að ganga. Nú að svo komnu öllu þá viljum vér
að þér sækið norður hingað á vorn fund sem þú mátt verða fyrst
við látinn ráð fyrir að gera og ekki treystast menn sambandi
nema þú komir bráðla til því að vér megum fyrir öngan mun
fyrir sakir háska héraðsbyggðarinnar yðvarn fund sækja.

Þeir Gegnir komu sunnan frá Gissuri og til Brands í páska-
vikunni og sögðu að Gissur mundi svo sem ókominn aðeins.

you retake control of all Borgarfjörður in line with the king's request because we think that this will prove of excellent assistance to us. We have received a reliable report that Þórður sent a letter to Bishop Sigvard to receive leave for himself and six men to go to church and with this to prevent you from involving yourself in his dealings with we Skagfirðingar. He was promised that and we know that the bishop sent a letter to the priest Steinmóður instructing him to lead Þórður to the church and so he did. We are certain that we shall be able to trust most of the people in the region well if you show yourself to be with us. It has proved most difficult for us to find mediators though no less problematic to attack either. Now that all of this has come to pass, we want you to come here to the north to meet with us as soon as you can, firstly to make plans, and secondly because people shall not trust in the alliance unless you come here posthaste. This is because we are not able to visit you due to the threat to the settlements of the region."

Gegnir and Hámundr came north from Gissur to Brandur in Easter week and said that Gissur would soon come.

Fertugasti og annar kafli

Það er sagt að hinn fjórða dag páska átti Þórður fund á Grund við alla bændur þar í héraði nema Hall á Möðruvöllum því að hann var þá heimamaður í Bæ suður. Þórður gerði þá bert að hann ætlaði vestur til Skagafjarðar með flokk þann er hann fengi og reka harma sinna, að því er hann kallaði, við Skagfirðinga.

Klyppur Ketilsson svaraði fyrstur ræðu Þórðar: Vel er nú, sagði hann, þó að vér förum til Skagafjarðar. Eigi munum vér nú skjótlegar á braut reknir en næstum er vér fórum þar með flokkana.

Engi maður mælti þar í móti Þórði en fylgdarmenn fýstu mjög og lögðu margir harðlega til. Sunnudaginn eftir páskaviku fór Þórður heiman og út í Hörgárdal en þriðja daginn vestur yfir heiði. Riðu fylgdarmenn Þórðar fyrir. Eyjólfur Þorsteinsson var fyrir þeim.

Þá kvað Ingjaldur vísu þessa:

Hvatr fer heldr að vitja
hlýrgarðs, Skagafjarðar,
von er hreggs, ef heima,
hjarlstríðandar bíða.
Nú gerist norðr á heiði,
níðs mun herr reka errinn,
þjóð dregst á veg víða,

Chapter Forty-Two

It is said that on the fourth day of Easter, Þórður held a meet-
ing at Grund which was attended by all the householders in the
region of Eyjafjörður except for Hallur of Möðruvellir who was
staying at that time in the south at Bær. Þórður then told them
that he was planning to go to Skagafjörður with as large an army
as he could gather to avenge the insults perpetrated by the Skag-
firðingar on them.

Klyppur Ketilsson responded first to Þórður's plan. He said:
'it is well now that we go to Skagafjörður. We will not be chased
away any faster than the last time we went there with an army.'

No-one there spoke against Þórður and his retainers were to-
tally in favour of the plan and most spoke hostile words against
the Skagfirðingar.

The Sunday after Easter week Þórður left home and went
out to Hörgárdalur and then on Tuesday west over the heath.
Þórður's retainers rode at the front, though Eyjólfur Þorsteins-
son was beyond them. Then Ingjaldur spoke this verse:

The bold man shall visit Skagafjörður —
one should expect battle
when warriors are invited —
the winds of war are in the air.
The valiant army will

vindlegt, glerils strindar.

Allur flokkurinn fór á Silfrastaði um kveldið. Þórður hafði
norðan nær fimm hundrað manna.

Brandur spurði liðsafnað Þórðar í páskavikunni. Dró hann
þá lið saman um allt hérað og svo vestan um heiði og úr Fljótum.
Svo segir Skáld-Hallur í drápu þeirri er hann orti um Brand
Kolbeinsson:

Brandr dróst ýta undir,
atreið varð þá skatna.
Brátt of breiðar sveitir
búendr saman strendu.
Þustu Vatnsskarð vestan
vinir Brands og svo handan.
Skjótt, frá eg, heldr að hittust
héraðs drótt og lið Fljóta.

Það er að segja frá þeim Þórði að þeir lágu úti um nóttina, er þeir
voru á Silfrastöðum, niðri á vellinum. Vindur kom á þá er fólkið
flest hafði sofið um hríð og þaut mjög í spjótunum. Og vakna
sumir menn við þytinn og hugðu að ófriður væri að kominn,
hljópu upp og brugðu vopnum. Börðust þeir þá sjálfir og hljópu
sumir á hús upp og vörðust þaðan en sumir sóttu að í ákafa og
var löng hríð og snörp áður þeir kenndust. Miðvikudaginn reið
Þórður ofan í Vallaholt. Einn maður hafði fallið er Eiríkur hét en
sárir höfðu orðið margir.

Brandur með sína sveit var þá á Víðimýri og hafði sex hund-
rað manna.

Fóru þá menn í milli þeirra, Ísar prestur Pálsson og Ver-
mundur Halldórsson, er síðan var ábóti að Þingeyrum, og aðrir
kennimenn.

Voru þá grið sett til meðalferða. Buðu Skagfirðingar dóm
Gissurar, hvern sem Þórður tæki til. En Þórður vildi ekki nema
sjálfdæmi. En þeir æptu í móti því og varð ekki af sættunum.

Björn hét prestur og var Starrason. Hann fór í liðsafnað um
Laxárdal og Reykjaströnd. Hann var að Sauðá miðvikunóttina

avenge the slander:
people are carrying
the rumour up to the northern heath.

The whole company went to Silfrastaður in the evening. Þórður
had brought around six hundred men northward.

Brandur learned in Easter week of Þórður's armament, he
then drew troops together from all over the region of Skaga-
fjörður and the districts between the heath and Hrútafjarðará.
Then Skáldhallur says in *Brandsdrápa*:

Brandur soon gathered people
from the broad districts.
The men rode to him:
the householders flocked.
Brandur's friends came
from west and east of Vatnsskarð.
I have heard that the Fljótamenn and Skagfirðingar
rushed to the leader of the region.

Concerning Þórður and his men it must be reported that they
slept under the stars the night that they were at Silfrastaðir,
down on the plain. A gust of wind began to buffer them when
most of the people had slept for a while and rattled the spears
a lot. Some men woke at the sound and thought that enemies
had come. They leapt up and brandished their weapons. They
then struck out at their comrades and some ran up into houses
and defended themselves from there. Some fought violently, fer-
vently, and for a long while before they recognised each other.
On Wednesday, Þórður rode down to Vallaholt. One man had
fallen who was named Eiríkr and he had received many wounds.

Brandur was at that time with his army at Víðimýri and he
had 720 men.

Now men went between them, including the priest Ísar Páls-
son, Vermundur Halldórsson (who later was the Abbot of Þing-
eyrar), and other learned men.

þá er þeir börðust fimmtadaginn eftir. Hann dreymdi þegar hann sofnaði um kveldið að maður kom að honum og laut upp yfir hvíluna og mælti þessi orð: *Domine Jesu Christe accipe spiritum meum.* Hann vaknaði prestur og gekk út og síðan inn aftur til hvílunnar og sofnaði og bar hið sama fyrir hann í annað sinn og hið þriðja. Þenna mann þóttist hann skýrt kenna bæði að hárferð og yfirlitum, að Brandur var Kolbeinsson.

En þá er Skagfirðingar voru á Víðimýri kom sótt í lið þeirra með því móti að þar féllu í óvit nær þrír tigir manna og voru ófærir. Þar var Páll bróðir Brands í því flóði.

There was a truce agreed while mediation went on. The Skag-firðingar offered to submit the matter to the judgment of Gissur and whoever Þórður wanted to choose. But Þórður would have nothing but self-judgment. And they shouted that down and so no settlement was reached.

There was a priest named Björn Starrason. He went to raise troops in Laxárdalur and on Reykjaströnd. He was at Sauðá on Wednesday night right before the battle took place on the Thursday. He dreamed immediately after falling asleep in the evening that a man came to him and bent over the bed and spoke these words: 'Domine Jesu Christe accipe spiritum meum' [Lord Jesus Christ accept my spirit]. The priest woke up and went out and when he came inside to go back to bed and sleep the same happened again and then a third time. On the basis of both the hairstyle and outline of the body, which the man recognised, he believed the figure had been that of Brandur Kolbeinsson.

While the Skagfirðingar were at Víðimýri, a cloud of soot engulfed their army and with that nearly thirty men fell witless and so were unfit to travel. Brandur's brother Páll was caught in this flow of ash.

Fertugasti og þriðji kafli

Miðvikudaginn um kveldið reið Þórður á Úlfsstaði með allan flokk sinn. En Skagfirðingar voru á Víðimýri um nóttina en fóru þaðan snemma fimmtadaginn norður yfir Jökulsá og námu stað fyrir sunnan Djúpadal á skriðunni og fylktu þar sínu liði og höfðu framarlega á sétta hundraði manna. Eysteinn hvítur austmaður fylkti liði Brands. Þar biðu þeir Þórðar og hans manna.

Hafði Þórður nær fimm hundrað manna og var það lið allvel búið.

Fylking Skagfirðinga horfði við í móti vestri og ætluðu þeir að Þórður skyldi þaðan að ganga en þeir Þórður riðu ofan með brekkunum. Og er þeir stigu af hestum sínum og hljópu saman þá horfðu þeir á jaðarinn Skagfirðinga fylkingu. Þeir Brandur snerust við þeim og brást þá fylking þeirra og voru torfgrafir fornar milli þeirra og gengu þeir Þórður þar yfir. Þórður var í miðri sinni fylkingu og þó fremstur en í hinn nyrðra arminn voru Svarfdælir og norðanmenn en Eyfirðingar voru í hinn syðra arminn og fórst þeim hvorumtveggjum heldur seinna um grafirnar. Þar voru þeir Brandur fyrir og fylgdarmenn hans. Þórður réð þegar á er þeir mættust. Var fyrst grjóthríð en þá gengu spjótalög og tók þá skjótt að losna fylking Skagfirðinga sem klambrarveggur væri í rekinn. Þar heitir Haugsnes upp frá sem bardaginn var frá ofan á grundinni. Svo segir Skáld-Hallur:

Chapter Forty-Three

On Wednesday evening, Þórður rode to Úlfsstaðir with his whole army. The Skagfirðingar were at Viðimýri overnight, but Brandur left early on Thursday and went north over Jökulsá and encamped south of Djúpadalur on the hillside and gathered more to their army from there so that he had nearly 720 men.

Eystein hvit, a Norwegian, joined Brandur's army. There they awaited the arrival of Þórður and his men.

Þórður had around six hundred men, and his army was all well prepared.

The army of the Skagfirðingar were facing east as they assumed that Þórður would attack from that direction. However, Þórður and his army rode down the slopes and when they dismounted their horses and ran together they faced the flanks of the army of the Skagfirðingar. Brandur and his forces turned towards them and there were ancient turf trenches between them which Þórður and his men crossed over. Þórður was in the middle of his army, though among the front ranks and on the northern arm were the Svarfdælir and those from north of Öxnadalsheiði, and the Eyfirðingar were on the southern arm and both were going at a slow pace due to the trenches. Before them were Brandur and his retainers. Þórður attacked as soon as they met. First came a hail of rocks, which was followed by thrusts of spears. The lines of the army of the Skagfirðingar now

Brátt varð ferð að fréttum
fundr, á Hauganess grundu,
hættr, sá er höldar áttu,
hlíf rauðst, fira lífi.
Lagði lýðr þar er dugði
landfólk saman randir,
og fullharðra fyrða
fylkingar á gengust.

Ruddist brýndum broddi,
Brandr neytti vel handa,
af þar er eggjar skífðu,
auð-Baldr, hluti skjaldar.
Geystust geirar traustir,
gekk hrafn af því drekka,
fast að fyrða brjóstum,
fen dreyrugra benja.

Þess getur Hallur og að Brandur var framarlega í fylkingu öndurðan bardagann og gekk þá fram fyrir hann Jón Skíðason er kallaður var kórkjappi, mikill maður og sterkur. Svo segir Hallur:

Gekk, þar er geirar stukku,
goði vor með hjör roðnum
fyrstr í fylking trausta
fram og Þórðr hinn rammi.
Fast hygg frændr að lystu,
ferð ofraði sverðum,
él varð Yggjar bála,
öndurt saman röndum.

Jón Skíðason, er hann hljóp fram fyrir Brand, lagði tveim höndum spjóti til Þórðar svo að hann féll við en Skagfirðingar æptu að. Þorsteinn Gunnarsson hljóp fram yfir hann. Þá urðu margir atburðir senn í höggum og spjótalögum. Var þetta hin snarpasta orusta svo að engi hefir slík orðið á Íslandi bæði að

began to bend and break as if a wedge had been hammered into it. Haugsnes is the name of the place up from the battlefield, though it was fought down in the field. So says Skáldhallur:

> Soon there was much talk
> about the Battle of Haugsnes,
> where blood spilled
> and many were slain.
> All the people boldly besieged
> the shield fortress
> and the chieftains' armies
> pressed on each other.

> Brandur fought with skill
> pressing forward with sharp spear
> to the place where shields
> were cut to pieces.
> His spear was sharp
> and stung the torsos of many men.
> The gushing, bloody wounds
> served to slake the raven's thirst.

Hallur also mentions that Brandur led from the front at the beginning of the battle. In front of him was Jón kórkjappi Skíðason, who was a big, strong man. So Hallur says:

> The good one fought with a bloody sword
> in front of the swell of troops,
> where the spears flew,
> as did Þórður, the strong one.
> The kinsmen fought vigorously.
> Men swung swords,
> and each smash of shield
> was answered by the crash of a blade.

Jón Skíðason, when he leapt in front of Brandur, thrust a two-handed spear at Þórður so that he fell down. At this, the Skag-

fjölmenni og mannfalli. Þórður stóð skjótt upp er hann hafði fallið og kvað sig ekki saka. Gegnir Illugason gekk vel fram. Hann lagði til Hákonar galins. Kom lagið í augað og bryddi út um hnakkann. Varð það hans bani. Varð þá mikið mannfall af hvorumtveggjum.

Einar auðmaður hét maður. Hann bjó í Vík út frá Stað. Hann átti Ingibjörgu Bergþórsdóttur, frændkonu Þórðar. Hann var til þess settur sem hann gerði að hann flýði fyrstur allra manna og Brandur son hans og þar margir eftir.

Þeir Þórður gengu þá að fast er þeir sáu að flóttinn brast og varð þá mannfall enn af hvorumtveggjum. Hafur Bjarnarson, Brandur Atlason og margir aðrir og Fljótamenn með þeim og Slétthlíðingar komust á fylkingararm Þórðar hinn nyrðra og gengu að drengilega og drápu þar nær tuttugu menn af norðanmönnum svo að hver lá hjá öðrum. En héraðsmenn og vestanmenn um heiði, á þeim brast flótti og var það fjöldi manns. En ef þeir hefðu staðið kyrrir þó að þeir hefðu ekki annað gert þá hefðu Skagfirðingar kosið á við norðanmenn. En nú bar eigi svo til handa. Þórarinn Tómasson, hann komst á hest og rak á flóttann. En Þorbjörn Sælendingur reið undan með öðrum flóttamönnum. Þá heyrði hann kall á bak sér aftur að hann skyldi drýgja dáð og duga honum. Þorbjörn sneri skjótt aftur og sér að tveir menn sóttu að Sveini eldboðungi og var annar á hesti. Þorbjörn lagði þegar til þess er á hestinum var og rekur í gegnum hann spjótið. Var það banasár. Var það Þórarinn Tómasson. Drepinn var sá og er að Sveini sótti annar. Ari Finnsson er bjó í Bjarnarstaðahlíð, hann vildi eigi flýja og studdist á öxi sína og söng Maríuvers er menn heyrðu síðast. Almar Þorkelsson hjó hann banahögg. Broddi Þorleifsson, Ásbjörn Illugason, Einar langur, Gegnir Illugason, Jón kjappi, Karp-Helgasynir þrír, Koll-Sveinn, Þorvaldur, Bergþór gengu allir fram rösklega og mikil sveit með þeim. Gengu þeir svo fram fyrir Brand að honum var við öngu hætt meðan þeir voru allir heilir og eigi sundurskila. Á mót þeim kom Þórður og fylgdarmannasveit hans og mikil sveit önnur. Varð þá af nýju hið harðasta él. Þá varð Gegnir fráskila sínum félögum. Sóttu hann þá þrír eða fjórir en hann varðist vel og drengilega. Varð hann móður mjög

firðingar cried out. Þorsteinn Gunnarsson leapt over him. Then many things happened at once in terms of strikes and spear thrusts. This was the largest battle that has ever been fought here in Iceland, both in respect of the number of combatants and the multitude of them that fell. Þórður stood up shortly after falling and said he was unhurt. Gegnir Illugason attacked courageously. He struck at Hákon galinn. The strike came into his eye and went through his head, coming out at the neck. That became his death. Then great numbers of men began to fall from both sides.

There was a man named Einar auðmaður. He lived at Vík out from Staður. He was married to Ingibjörg Bergþórsdóttir, a kinswoman of Þórður's. He did as he was ordered by Þórður and fled first of all, then his son Brandur, and they were followed by many others.

Þórður and his men continued steadfastly when they saw the retreat and people continued to fall on both sides. Hafur Bjarnarson, Brandur Atlason, and many others, such as the Fljótamenn and Slétthlíðingar, courageously attacked the northern arm of Þórður's army and there they killed nearly twenty men from north of Öxnadalsheiði so that the bodies piled up. But now those from both the region of Skagafjörður (including the districts west of Vatnsskarð) began to flee in great numbers. If the Skagfirðingar had stood firm without wavering, they would have overcome the men from north of Öxnadalsheiði. But this did not take place. Þórarinn Tómasson mounted a horse and chased after those fleeing. Þorbjörn Sælendingur rode away with the other fugitives. Then he heard a call from behind him that he should have courage and render some aid. Þorbjörn immediately turned back and saw that two men were attacking Sveinn eldboðungur, one of whom was on horseback. Þorbjörn thrust immediately at the one on the horse and impaled him on his spear. That was a mortal wound: the man slain was Þórarinn Tómasson. The other man who had attacked Sveinn was also killed. Ari Finnsson who lived at Bjarnarstaðahlíð did not want to flee and leaned on his axe to sing the Ave Maria: this was the last thing men heard him utter. Almar Þorkelsson delivered his death wound. Broddi Þorleifsson, Ásbjörn Illugason, Einar

er hann hafði brynju þunga og féll hann fyrir þeim en þeir flettu upp um hann brynjunni og drápu hann svo. Hjalti hét maður og var kallaður járnauga. Hann var vasklegur maður og féll hár bleikt á herðarnar undan stálhúfunni. Það ætluðu norðanmenn Pál Kolbeinsson og sóttu að honum þrír menn en hann sagði að engi einhleypingurinn eða leysinginn skyldi þeim síður hlífa en hann. Þeir sóttu hann lengi áður hann féll. Hann hafði á þriðja tigi sára og lét hann með miklum drengskap líf sitt. Jón Skíðason lét sem hann sæi öngan mann annan en Þórð og sótti hann í ákafa. Svo sagði Þórður síðan, er um var talað, ef slíkir hefði þrír verið kjapparnir að hann hefði aldrei sól séð. Sóttust þá allir í ákafa, þeir sem við héldust með Brandi. Svo segir Hallur í Brandsdrápu:

Harðr frá eg heldr að yrði
Hildar leikr þar er gildir
baugskerðandar börðust.
Bitu sverð í hlym rítar.
Yggs varð annar tveggja,
að gengust skatnar,
odda meiðr í óðu
alls gnýhreggi falla.

Létu líf fyrir spjótum,
lásk eigi þar háski,
sungu vopn á vangi
víghljóð, búendr góðir.
Vítt lá valr á grýttu,
varð tafn búið hrafni,
gunnar már yfir gaurum
gall, Haugsnesi fallinn.

Og er löng hríð hafði svo gengið þá riðlaðist sveitin Brands og urðu þá manndrápin. Hrani Koðránsson færði stein mikinn að Jóni Skíðasyni og kom á bringuna og gengu inn bringspelirnir og varð það hans bani. Jón varðist þó nokkura stund síðan

langr, Gegnir Illugason, Jón kjappi, and the three sons of Karp-Helgi (Koll-Sveinn, Þorvaldr, and Bergþór) all went forward bravely and a large company with them. They went thus in front of Brandur so that he was in no peril while they all remained un-injured and unseparated. Þórður and his followers came against them, along with a large company of other men. Now, hard battle resumed anew. Gegnir became separated from his fellows. He now fought three or four men and defended himself well and bravely. However, Gegnir became most fatigued as he had a heavy byrnie and he fell before his attackers. They took off his byrnie and thus slew him. There was a man named Hjalti járnauga. He was a manly man and his pale hair fell down from his helmet onto his shoulders. The Northerners thought this was Páll Kolbeinsson and three men attacked him but he said that no vagrant or freeman would show them less mercy than he. They fought for a long time before he fell. He had thirty wounds and left his life showing great bravery. Jón Skíðason focused blinkeredly on Þórður and attacked him zealously. Þórður said of this afterwards, when he spoke about it, that if there had been three such he-goats he would never have seen the Sun again. Then all those who stood with Brandur attacked fervently. So says Hallur in *Brandsdrápa*:

> The battle intensified
> the longer it went on.
> They fought hard:
> sword bit shield.
> One of the two warriors
> had to perish in the mêlée.
> Eagerly, the men thrust
> at one another.

> Good householders expired,
> impaled by long-shafted spears.
> The loss of life was great:
> swords sang on the battlefield,
> and the entire area

en hann hafði nær engi önnur sár og lét hann þar líf sitt með miklum drengskap og hreysti ágætrar karlmennsku.

Brandur komst á hest og var tekinn í milli Grunda í flóttanum. Kolbeinn grön tók hann og færði hann upp á grundina þar sem nú stendur krossinn.

Kolbeinn fann Þórð og sagði að Brandur var handtekinn.

Þórður mælti: Hví drepið þér hann eigi?

Þórður sat þá uppi á grundinni. Var þá lokið mjög bardaganum.

Kolbeinn mælti: Eg vissi eigi nema þú vildir til ganga.

Þá stóð Þórður upp.

Þá mælti Hrafn Oddsson: Gangið eigi til Þórður ef Brandur skal eigi grið hafa.

Þá fékk Þórður til Sigurð Glúmsson að vega að honum.

Gekk Kolbeinn grön þar til sem Brandur var handtekinn og margir menn með honum. Sigurður hjó til Brands með öxi en Brandur skaut yfir sig buklara. Kolbeinn snaraði af honum buklarann. Þá hjó Sigurður um þvert höfuðið Brandi og klauf höfuðið ofan að eyrum. Lét Brandur þar líf sitt. Við líflát Brands var á þriðja tigi manna. Þar var sett upp róða sem Brandur féll og heitir þar Róðugrund síðan.

Eyjólfur Þorsteinsson fékk tekið Einar lang frænda sinn og gaf honum grið og hafði hann drengilega barist.

Fleiri menn voru þar teknir, þeir er grið voru gefin af ýmsum frændum sínum eða vinum. En þeir flýðu allir er því komu við.

Þar féll fjöldi manna af hvorumtveggjum og fjöldi varð sár. Og hinir bestu bændur féllu úr Eyjafirði: Klyppur Ketilsson, Þorgils Hólasveinn, Guðmundur Gilsson, Magnús Narfason, Vigfús Þorgilsson. Nær fjórum tigum féll af Þórði. Af Skagfirðingum féll Brandur Kolbeinsson, Jón Hafliðason, Kleppjárn Hallsson, Ólafur chaim, Illugi frá Svínavatni. Af Brandi féll á sjöunda tigi.

Svo segir Ingjaldur í flokki þeim er hann orti um Brand og kvað á hversu mart látist hefir:

Hreggsulli tók halla,
hné ferð í dyn sverða,
sköglar fúrs á skýra

was strewn with corpses.
The ravens smelled supper
and started to shriek.

After a long while, Brandur's forces split and men began to fall.
Hrani Koðránsson threw a huge rock at Jón Skíðason and it hit
his chest and breached his ribcage and that became his death.
However, Jón continued to defend himself for a little while after
but he had nearly no other wounds and left his life there with
great courage, valour, and excellent manhood.

Brandur fled on horseback but was routed in between the
two farms which are both called Grund. Kolbeinn grön seized
him and led him up to the field where the cross now stands.

Kolbeinn found Þórður and told him that Brandur had been
captured.

'Why have you not killed him?' Þórður retorted.

Þórður was at that time sat on the battlefield, the action al-
most over.

Kolbeinn said: 'I did not know if you wanted to be there.'

Then Þórður stood up.

Hrafn Oddsson interjected: 'Þórður, do not be there if Bran-
dur is not to receive mercy.'

Þórður now ordered Sigurður Glúmsson to kill Brandur.

Kolbeinn grön went to where Brandur was being held and
many men with him. Sigurður cut at Brandur with an axe but he
shielded himself with a buckler. Kolbeinn tore the buckler from
him. Then Sigurður hit Brandur across his head and cleaved it
down to the ears. There Brandur left his life. At his death, thirty
men were present. A rood cross was set up where Brandur fell
and this place has since been known as Róðugrund.

Eyjólfur Þorsteinsson had Einar langur his kinsman seized
and granted him mercy. He had fought courageously.

More men were seized there, those who were granted mercy
by various of their kinsmen or friends. However, all fled who
were able to.

On both sides many fell and were injured. The best household-
ers from Eyjafjörður fell: Klyppur Ketilsson, Þorgils Hólasveinn,

Skagfirðinga stirðum.
Hvíts hefir hundrað látist
hjaldrlands í styr manna,
trautt má tal það er hittum,
tírætt, úr því fætta.

Skiptu sköp sem oftar,
skörungr féll í dyn hjörva
æðstr með orðstír bestan,
ósvífr fira lífi.
Fár má fleina skúrar
frægr aldrlagi bægja
seiðs né sínum dauða
svipskorðandi forða.

Élgrundar bjarg þú öndu
æðstr þjóðkonungr mæstri,
góðs samir buðlung beiða,
Brands, víðfjörnis landa.
Hvíld fái öðlingr, aldar,
allvís paradísar,
prútt sá er píslum léttir,
Páls bróður frið sálu.

Þórður reið á Flugumýri af fundinum. Gerði hann þá bert að
allir menn skyldu í griðum koma á hans fund, þeir er sættast
vildu við hann.

Sóttu þá margir menn til hans, þeir er á fundinum höfðu
verið og margir menn aðrir. Seldu allir honum sjálfdæmi og
svörðu honum trúnaðareiða.

Hann tók undir sig öll héruðin og fór við það heim norður og
sat nú um kyrrt nokkura stund.

Guðmundur Gilsson, Magnús Narfason, and Vigfús Þorgils-son. Nearly forty of Þórður's men fell. Among the Skagfirðingar fell Brandur Kolbeinsson, Jón Hafliðason, Kleppjárn Hallsson, Ólafur chaim, and Illugi of Svínavatn. On Brandur's side nearly seventy men fell. As Ingjaldur says in *Brandsflokkur* about how many died:

The tide of the battle turned
against the brave Skagfirðingar:
their knees sank in a din of swords,
the blades pummeling them.
A hundred men were lost on the battlefield,
a land of flashing shields.
At that encounter no more fell,
yet there were no fewer for that.

Fate shaped events as often in life:
in the din of swords there fell
the noblest and worthiest chieftain,
a man who now rests in peace.
No-one — not even
the most well-known warrior —
is ever able to dodge
or delay his death.

King of kings and heaven,
grant salvation to glorious Brandur's soul,
for all want to land ashore
in a better place.
All-wise king of men,
who replaces suffering with joy,
grant the soul of Páll's brother
the repose of paradise.

Þórður rode to Flugumýri after the battle. He then let it be known that all men who wanted peace with him should come to meet him, where they could settle with him.

Now many men sought him out, those who had been in the battle and many others. They all granted him self-judgment and swore oaths of allegiance to him.

Þórður took under himself all of the districts and with that went north to his home and sat thereafter quietly for some while.

Fertugasti og fjórði kafli

Lík Brands var fært til Staðar og þar jarðað fyrir sunnan kirkju við sönghúsið fyrir stúkudyrum og var hann mjög harmdauði sínum mönnum.

Svo segir Ingjaldur í Brandsflokki:

Mildr réð skemr en skyldi
skjaldreyrs hötuðr aldri,
þrymkennis tók þannig
þungr harmr sonu unga.
Viggs mega varla hyggja
veðrtams svana beðjar
áms bliknjótar ítrir
auðmilds skörungs dauða.

Chapter Forty-Four

Brandur's corpse was taken to Staður and there buried before the south side of the church, in front of the door to the choir house, and he was greatly mourned by his men. So said Ingjaldur in *Brandsflokkur*:

Death prematurely took
the generous warrior: thus,
great grief gripped
his young sons.
It is unthinkable
to the distinguished men
who followed him
that the openhanded champion is dead.

Fertugasti og fimmti kafli

Tíðindi þessi flugu skjótt um land allt og þóttu mikil, sem var. En þegar Gissur spurði þessi tíðindi dró hann lið saman og fór norður um land. Hann hafði nær fjögur hundruð manna. Hann kom í Skagafjörð og þá heimboð með fimmtánda mann að Jórunni Kálfsdóttur að Stað og hét henni og sonum hennar liðveislu sinni traustri og vináttu. Jórunn gaf honum gjafir góðar. Skagfirðingar sóttu þá á fund Gissurar og játuðu honum sínum trúnaði.

Njósnir gengu þá til Þórðar og safnaði hann þá þegar mönnum og fékk þá enn mikið lið. En menn hans voru áður mjög hremmdir og var eigi jafnléttvígt sem um vorið fyrir fundinn.

Eftir það tókust meðalferðir og fóru þeir á milli Þórir tottur Arnþórsson, hann hafði skip á Eyrum og var með Gissuri. Margir menn fóru aðrir á milli og varð saman komið sættum með því að Hákon konungur skyldi gera með þeim við þá menn sem hann vildi við hafa. Skyldu þeir fara utan um sumarið báðir, Þórður og Gissur. Sóru tólf menn sátt þessa úr hvorutveggja ríkinu og að halda þessa sætt en þeir fundust ekki sjálfir Gissur og Þórður.

Eftir sættina fór Gissur suður.

Chapter Forty-Five

News of the events which had taken place spread quickly throughout the country and all who heard thought it momentous.

When Gissur learned these tidings, he drew an army together and went to northern Iceland. He had nearly 480 men. Gissur came to Skagafjörður and visited Jórunn Kálfsdóttir at Staður with fourteen other men. He promised to provide her and her sons with strong support and friendship. Jórunn gave him good gifts. The Skagfirðingar then sought Gissur out and swore their allegiance to him.

Intelligence of this reached Þórður and he immediately summoned men and once again gathered a great army. However, his men were utterly depleted and not as keen for battle as they had been in the spring.

Now, negotiations began with Þórir tottur Arnþórsson acting as the go-between: he had a ship at Eyrar and was on Gissur's side. Many other men also mediated between the two sides. It was agreed that King Håkon would arbitrate their case along with another man of his choosing. Þórður and Gissur were both to travel abroad in the summer. Twelve men involved in the case from each domain swore that this agreement would be fulfilled, though Gissur and Þórður did not meet in person.

After the agreement, Gissur went south.

Fertugasti og sjötti kafli

En Þórður bjóst til utanferðar. Hann fékk ríkið til geymslu Hálf-dani mági sínum og skyldi hann vera á Grund og Steinvör og börn þeirra. Þar voru og fylgdarmenn Þórðar, Kolbeinn grön og Almar Þorkelsson. Þórður gifti Þuríði Sturludóttur Eyjólfi Þor-steinssyni. Skyldu þau og vera á Grund um veturinn.

En þeir fóru utan með Þórði Nikulás Oddsson, Þorsteinn Gunnarsson, Ingjaldur Geirmundarson. Fóru þeir utan í Eyja-firði. En Gissur fór utan á Eyrum og þeir með honum Önundur biskupsfrændi, Guðmundur Þórhildarson, Þorleifur hreimur. Þeir komu hvorirtveggju til Noregs um haustið og fundu Hákon konung í Björgvin og fóru hvorirtveggju með honum norður til Þrándheims því að konungurinn sat þar um veturinn.

Hákon konungur lagði stefnu til mála þeirra Þórðar og Gissurar.

Og á stefnunni lét Þórður lesa upp rollu langa er hann hafði látið rita um skipti þeirra Haukdæla og Sturlunga. Birtist þar á margur skaði er Þórður hafði fengið í mannalátum.

Þá mælti konungurinn: Hvað flytur þú hér í mót Gissur?

Hann svarar: Ekki hefi eg skrásett sagnir mínar en þó kann eg hér nokkru í móti að svara. En þó kalla eg hér einarðlega frá sagt vorum skiptum.

Og þann orðróm fengu þeir báðir að menn kváðust eigi heyrt hafa einarðlegar flutt en hvor flutti sitt mál, svo margt sem í

Chapter Forty-Six

Þórður prepared to travel abroad. He gave his brother-in-law Hálfdan his domain to oversee. Hálfdan was to stay at Grund with Steinvör and their children. He also left his retainers Kolbeinn grön and Almar Þorkelsson there. Þórður married Þuríður Sturludóttir to Eyjólfur Þorsteinsson. They were also to remain at Grund during the winter.

Nikulás Oddsson, Þorsteinn Gunnarsson and Ingjaldur Geirmundarson went abroad with Þórður. They disembarked from Eyjafjörður. Gissur went abroad from Eyrar and with him he had Önundur biskupsfrændi, Guðmundur Þórhildarson, and Þorleifur hreimr. Both came to Norway in the autumn, met King Håkon at Bergen, and went north with him to Trondheim because that was where the king stayed during winter.

King Håkon summoned a meeting to decide the case between Þórður and Gissur.

At the meeting, Þórður had a long roll read aloud which he had had written about the feud between the Haukdælir and Sturlungar. In it was reported the many injustices Þórður had suffered in loss of life.

Then the king said, 'what do you have to say in reply Gissur?'

Gissur responded: 'I have not written a statement, but I shall give a speech. Nevertheless, I shall admit that the account of our troubles already given is most reliable.'

hafði orðið. Mælti og hvorgi öðrum í móti eða ósannaði annars sögn. En það þóttust menn skilja að konungurinn mundi heldur áleiðis víkja fyrir Gissuri allt það er honum þótti svo mega. Og höfðu menn það fyrir satt að það mundi mjög vera fyrir sakir mála Snorra Sturlusonar er lát hans hafði nakkvað af konunginum leitt.

Þeir buðu málin öll á konungs dóm en konungur lét þá eigi festa og öngan úrskurð gerði hann á máli þeirra um veturinn. En um vorið fór konungurinn suður til Björgvinjar og báðir þeir með honum Gissur og Þórður og menn þeirra með þeim. Var þá enn talað um málin er þeir komu suður.

En er Þórður kærði á um málið Snorra Sturlusonar svaraði konungurinn þar fyrir og sagði að hann átti það að bæta en bað Gissur svara öðrum málum.

Þótti mönnum þá sem Hákon konungur mundi liðsinna Gissuri um allt það er honum þætti sér sóma eftir honum að mæla.

Voru þeir nú báðir með konungi.

This enhanced both their reputations as people said they had never heard more concordance between accounts given by disputants in a case, especially such a contentious one as this. Neither of them opposed or denied the utterances of the other. However, people thought that the king would do everything in his power to support Gissur. People thought that this was mostly because of the matter of Snorri Sturluson, the death of whom the king was partly responsible for.

They offered to submit the whole case to the king's judgment, but the king had not made up his mind and he did not decide the outcome of their dispute during that winter. In the spring, the king went south to Bergen, along with Gissur, Þórður, and their men. After arriving in the south, they then presented their cases again.

When Þórður brought up the matter of Snorri Sturluson the king responded to this and said that he had that to compensate but instructed Gissur to answer the other charges.

Because of this, people thought that King Håkon would assist Gissur whenever he thought that speaking would harm his credibility.

They now remained with the king.

Fertugasti og sjöundi kafli

Nú skal hér taka til á Íslandi. Það sumar eftir Haugsnessfund og fall Brands var friður á Íslandi.

Staðar-Kolbeinn var þá fyrir ráðum að Hólum og var heill lítt um sumarið eftir fundinn. Naut hann hvorki svefns né matar og þótti mikið fráfall Brands sonar síns. Hann kom til Staðar að finna Jórunni nokkuru fyrir Ólafsmessu hina fyrri og gisti að Stað og fékk ekki mælt við Jórunni né aðra hugðarmenn sína. Þaðan reið hann upp á Víðimýri til Ingigerðar dóttur sinnar. Lagðist hann í rekkju er hann kom þar og andaðist Ólafsmessu hina síðari og þótti þeim mönnum er gjörst vissu sem honum mundi mannamissir mjög grandað hafa. Var hann færður til Staðar og jarðaður fyrir sunnan kirkju hjá Brandi syni sínum.

Kolbeinn var þá nær sjötugum manni er hann andaðist. En Brandur var hálffertugur er hann féll, vetri yngri en Kolbeinn ungi. Jafnlengd Brands og þeirra manna er þann dag létust er fjórum nóttum fyrir Jónsmessu Hólabiskups.

Þá var liðið frá falli hins heilaga Ólafs konungs sex vetur hins tíunda tigar og hundrað tólfrætt en frá brennunni í Hítardal er mest tíðindi höfðu þá önnur orðið hér á landi, tveim vetrum fátt í tíu tigi vetra. Þá er Brandur féll var Innocentíus páfi í Róma, Friðrekur var keisari, Eiríkur Eiríksson konungur í Svíþjóð, Eiríkur og Abel í Danmörk, Hákon konungur í Noregi, Heinrekur konungur í Englandi.

Chapter Forty-Seven

We must now return to events in Iceland. The summer after the Battle of Haugsnes and Brandur's death there was peace in Iceland. Kolbeinn of Staður was then staying at Hólar and he remained there during the summer after the Battle of Haugsnes. Kolbeinn was ill and could neither eat nor sleep for grief over his son's death. He went to Staður to meet Jórunn to celebrate the former mass day of Saint Olaf and lodged there, but was unable to speak to either Jórunn or any of the people closest to him. From there he rode to Víðimýri to his daughter Ingigerður. Kolbeinn took to his bed when he arrived there and died on the latter mass day of Saint Olaf. The people who knew most about the circumstances assumed he had died of a broken heart on account of the death of his son. Kolbeinn was taken to Staður and buried in front of the southern wall of the church with his son Brandur.

Kolbeinn had been almost seventy years old when he died, and Brandur thirty-five years old when he fell, a year younger than Kolbeinn ungi. The death day of Brandur and the men who died with him is four nights before the mass of Jón the bishop of Hólar.

This was 216 years after the death of Saint-King Olaf and ninety-eight years after the fire at Hítardalur, which was the second most significant event to have ever taken place here in Iceland.

Fig. 11. King Håkon's hall in Bergen, Norway. Source: *Wikimedia,* https://commons.wikimedia.org/wiki/File:Haakonshallen_Bergen_ Norway_2009_1.JPG.

When Brandur died, Innocent was the Pope in Rome, Frederick was the Holy Roman Emperor, Erik Eriksson was the King of Sweden, Erik and Abel were the Kings of Denmark, Håkon was the King of Norway, and Henry was the King of England.

Fertugasti og áttundi kafli

Vetri eftir Haugsnessfund kom hingað í Norðurlönd og til
Björgvinjar Vilhjálmur kardínáli sendur af páfa Innocentíusi
til þess að vígja Hákon konung undir kórónu. Hann vígði og
Postulakirkju í konungsgarði á Svithunsmessudag um sumarið.
Hákon konungur lét þá Gissur og Þórð kæra mál sín svo að
kardínálinn var við og lét tjá honum alla málavöxtu þeirra.
En er kardínálinn heyrði og skildi mannlát þau er Þórður
hafði fengið í skiptum þeirra Gissurar þá veik hann þar mjög
eftir og þótti jafnan sem hans hlutur mundi hafa við brunnið.
Vildi hann það eitt heyra að Þórður færi þá til Íslands en Gissur
væri þar eftir, kvað það og ráð að einn maður væri skipaður yfir
landið ef friður skyldi vera.

Þá var og vígður Heinrekur biskup til Íslands til Hólastaðar
og dró hann mjög fram hlut Þórðar við kardínálann og svo við
konunginn. Var þá og allkært með þeim biskupi og Þórði.

Um sumarið Ólafsmessu var Hákon konungur vígður undir
kórónu. Hafði hann þá veislu mikla út í naustinu.

Þá var það ráðið að Þórður skyldi út og var hann þá skipaður
yfir allt landið til forráða.

En Gissur var þá eftir og þótti honum það allþungt. Var
honum þá skipuð sýsla norður í Þrándheimi.

Þorgils frændi Þórðar var þá eftir með konungi svo sem í
nokkurri gíslingu fyrir Þórð til trúnaðar við konung.

302

Chapter Forty-Eight

One winter after the Battle of Haugsnes, Cardinal William came to Bergen in Norway. William had been sent by Pope Innocent to coronate King Håkon. William also consecrated the Church of the Apostles in the king's courtyard during the summer on the mass day of Saint Swithun.

At that time, King Håkon had Gissur and Þórður present their case before the cardinal, explaining to him all the details of the case.

When the cardinal heard and so understood the loss of men suffered by Þórður in his dealings with Gissur, he was profoundly moved by what he had heard and thought that Þórður had suffered most of the two. He wanted to hear nothing but that Þórður would return to Iceland and Gissur remain in Norway, providing also that counsel that if there was to be peace in the country only one man should rule there.

At that time also, Bishop Henrik was consecrated to the episcopal see of Hólar and he strongly supported Þórður's cause with the cardinal and so with the king. At this time, Þórður and the bishop were the best of friends.

During the summer, on the mass day of Saint Olaf, King Håkon was coronated. He then held a great feast in the boathouse.

Then it was decided that Þórður should return to Iceland and govern it.

Gissur was to remain behind and he was most displeased about that. He was then made sheriff of a northerly county in Trondheim.

Þórður's kinsman Þorgils also remained in Norway as something of a hostage to guarantee Þórður's allegiance to the king.

Fertugasti og níundi kafli

Sumar það er Þórður fór til Íslands var tveimur vetrum eftir það er Kolbeinn ungi andaðist og Svarthöfði Dufgusson fór utan í Hvítá með vöru þá er Kolbeinn lagði til utanferðar Þórði. Var Svarthöfði þann vetur í Noregi er Þórður var á Grund. En það sumar er Þórður fór utan kom Svarthöfði út í Vestmannaeyjum. Það sumar er Hákon konungur var vígður fóru þeir Heinrekur biskup og Þórður til Íslands. Kom Þórður í Vestmannaeyjar. Tók hann þar vín mikið er hann átti en Svarthöfði hafði út flutt og skilið þar eftir í eyjunum. Fór Þórður upp til Keldna, fann þar Hálfdan mág sinn og Steinvöru. Voru þau bæði komin norðan úr Eyjafirði. Hafði þeim lítt líkað til fylgdarmanna Þórðar. Þórður reið síðan norður til Eyjafjarðar til Grundar og dvaldist þar nokkura hríð áður hann fór vestur í sveitir. Og er hann kom í Borgarfjörð tók hann undir sig sveitir allar og allt fé Snorra Sturlusonar og svo héraðið í Borgarfirði. Hann fór í Garða til Þorleifs og tók af honum trúnaðareiða og skipaði hann mest yfir héraðið. Sendi hann þá menn á Bessastaði og tók bú það til sín og hafði þaðan mölt mikil og flutti upp í Reykjaholt og ætlaði þar að sitja um háveturinn. En hann fór þá vestur til Saurbæjar og var á Staðarhóli með Sturlu um jólin öndverð. Síðan fóru þeir Sturla báðir suður í Reykjaholt og sátu þar framan mjög til föstu.

Þá kom vestan Einar Þorvaldsson og Hrafn Oddsson og játuðust allir Vestfirðingar til hlýðni við Þórð.

Chapter Forty-Nine

The summer that Þórður returned to Iceland was two winters after the summer when Kolbeinn ungi died and Svarthöfði went abroad via Hvítá with those goods which Kolbeinn had provided for Þórður's journey abroad. The winter that Svarthöfði was in Norway, Þórður was at Grund. The summer that Þórður went abroad, Svarthöfði returned to Iceland via the Vestmannaeyjar.

The summer when King Hákon was coronated, Bishop Henrik and Þórður went to Iceland. Þórður returned via the Vestmannaeyjar. He took on much wine there, which belonged to him, and which Svarthöfði had imported and left there on the islands. Þórður travelled up to Keldur, where he found Hálfdan, his brother-in-law, and Steinvör. They had both come from Eyjafjörður in the north. They had liked Þórður's retainers little. Þórður then rode north to Grund in Eyjafjörður and remained there for some while, before he went west into the districts. When he came to Borgarfjörður, he established himself as leader of all the districts and custodian of all the property of Snorri Sturluson and so the region of Borgarfjörður. He went to Garðar to Þorleif and took an oath of allegiance from him, placing him as leader of the region. Next he sent men to Bessastaðir and took that farm for himself and had much malt from there taken up to Reykholt and intended to remain there during midwinter. Then he went west to Saurbær and was at Staðarhóll with Sturla dur-

Þann vetur kvongaðist Nikulás Oddsson í Reykjaholti.

Kom þá sunnan Sigvarður biskup og urðu þeir Þórður ekki mjög sáttir í fyrstu sín á milli en greiddu þó vel. Gaf Þórður til staðarins í Skálaholti Skógtjörn á Álftanesi fyrir sál föður síns og móður. Hún andaðist þá um haustið áður hann fór norðan. Þórður reið norður móti páskum og tók undir sig öll héruð í Norðlendingafjórðungi. Mælti þá engi maður í móti því. Öngvar bauð hann bætur eftir Brand frænda sinn enda beiddi engi bóta. Voru synir Brands þá ungir, annar átta vetra en annar níu.

Um vorið gerði Þórður annað bú í Geldingaholti í Skagafirði og var hann þar löngum. Var þar fyrir Kolfinna Þorsteinsdóttir. Hún var frilla Þórðar og áttu þau dóttur er Halldóra hét. Þórður átti tvo sonu við Yngvildi Úlfsdóttur, Þórð og Úlf. Styrmir hét son hans og Nereiðar Styrmisdóttur. Jón kárin var elstur. Hann var fæddur í Vestfjörðum.

Þetta sumar reið Þórður til þings með fjölmenni mikið og voru þá flestir hinir stærri menn á þingi og veittu allir Þórði tillæti nema Sunnlendingar þeir er voru menn Gissurar og enn sumir Áverjar þeir er eigi vildu hlýða ráðum Hálfdanar.

Þá voru þeir frændur ungir í Austfjörðum, synir Þórarins Jónssonar, Þorvarður og Oddur. Þeir höfðu föðurleifð sína og viku þeir öllum sínum málum undir Þórð og hans forsjá. Sæmundur Ormsson hafði Síðuna og föðurleifð sína. Guðmundur var þá ungur, bróðir hans, og réð Sæmundur fyrir þeim. Hann var vitur maður og heldur ágjarn og þótti líklegur til mikils höfðingja. Hann bjó að Kálfafelli. Hann mælti til hinnar mestu vináttu við Þórð og vildi að hann hefði forsjá fyrir honum. Hann beiddist að gerast heimamaður Þórðar.

En Þórður réð einn öllu á þinginu. Hann tók til lögmanns Ólaf hvítaskáld Þórðarson. Hann ýfðist heldur við Sunnlendinga og kveðst sjá hverra föðurbóta þeir vildu honum unna er þeir vildu síður þjóna honum en öðrum mönnum á Íslandi. En þeir gáfu ekki gaum að því. Hann hét því að þeim mundi eigi betur ganga ef þeir héldu þvílíkri stærð fram. En þó reið Þórður norður af þinginu og var heima um sumarið.

En um haustið þá er skipagangur var reyndur og vitað var að Gissur kom ekki út reið Þórður suður um Kjöl með mikla

ing the beginning of Yule. Afterwards Sturla and Þórður both went south to Reykholt and remained there until muchway through Lent.

Now Einar Þorvaldsson and Hrafn Oddsson came west, and all the Vestfirðingar pledged obedience to Þórður.

That winter was the wedding of Nikulás Oddsson at Reykholt.

Following this, Bishop Sigvard came from the south, and he and Þórður were not at all agreeable with each other at first, but they settled well though. Þórður gave Skógtjörn on Álftanes to the see at Skálholt for the souls of his father and mother. His mother had died then during the autumn, before Þórður went north.

Þórður rode north towards Easter and established himself as leader of all of the regions in the Northern Quarter. No-one spoke against that at that time. He offered no compensation for Brandur, his kinsman; moreover, no-one asked for any. Brandur's sons were young then, one eight winters old, and the other nine.

During the spring, Þórður established another farm at Geldingaholt in Skagafjörður, and remained there for a long time. Kolfinna Þorsteinsdóttir controlled the household there. She was Þórður's mistress, and they had a daughter, who was named Halldóra. Þórður had two sons with Yngvildur Úlfs-dóttir, Þórður and Úlfur. Styrmir was the name of his son with Nereiður Styrmisdóttir. Jón kárin was the eldest, he was born in the Vestfirðir.

That summer, Þórður rode to the assembly with a large company, and at that time all the greater men were at the assembly, and they all granted deference to Þórður, except the Southern-ers, those who were Gissur's men, and also some of the Áverjar, those who did not want to obey Hálfdan's advice.

At that time, those kinsmen who lived in the Austfirðir were young, the sons of Þórarin Jónsson, Þorvarður and Oddur. They had their patrimony and they turned over all their matters to Þórður and his foresight. Sæmundur Ormsson had Síða and his own patrimony. Guðmundur, his brother, was then young and Sæmundur controlled all for them. He was a clever but some-

sveit manna og fór um alla sveit Gissurar. Mæltu þá flestir menn ekki í móti að þjóna honum og var þeim þó hin mesta nauðung. Hann lagði og fégjöld á alla bændur og þótti þeim það léttara en þjóna opinberlega til Þórðar því að þeir voru einfaldir í sinni þjónustu við Gissur. Þórður fór ofan allt á Nes og svo upp í Borgarfjörð. Var þá kominn til hans Sæmundur Ormsson. Fór Þórður úr Borgarfirði í Dala vestur og skipti ríkjum með þeim frændum sínum Sturlu Þórðarsyni og Jóni Sturlusyni. Það gerði hann á Þorbergsstöðum. Reið hann síðan norður Laxárdalsheiði og sat á Grund um veturinn.

Þann vetur gifti hann Ingunni Sturludóttur Sæmundi Orms- syni og fóru þau um sumarið austur til bús þess er Sæmundur átti þar. Gerðist hann þá ofsamaður mikill og þótti líklegur til höfðingja.

Þetta sumar reið Þórður til þings og mælti þá engi maður mót honum á þingi. Guldu Sunnlendingar gjald það er Þórður lagði á þá og gekk þó allt með hinni mestu nauðung.

Þetta sumar urðu þeir nokkuð missáttir Sæmundur Orms- son og Ögmundur Helgason. Kærðu þeir það fyrir Þórði og setti hann þær greinir þá niður er voru á milli þeirra og þeim bar á. Mælti þá og engi maður á móti því er Þórður vildi að væri. Sumar þetta kom út bréf Hákonar konungs til Þórðar og var honum stefnt utan. Og þar voru á nokkurar sakargiftir og átölur við Þórð um það að hann hefði meiri stund á lagið að koma landi undir sig en undir konung sem honum þótti einkamál þeirra til standa.

Heinrekur biskup fylgdi og þessu að Þórður héldi eigi það er hann hefði konunginum heitið. Fóru þá í margar greinir með þeim svo að nálegt engi hlutur bar þeim saman. Svall þetta sundurþykki svo að Heinrekur brá til utanferðar þetta sumar og kom á fund Hákonar konungs. Tók hann við biskupi forkunnar vel því að hann vissi að hann hafði einarðlega fylgt hans máli á Íslandi. En biskup flutti ekki mjög mál Þórðar og kvað hann eigi efna það er hann hefði heitið, kvað konungs vilja aldrei mundu við ganga á Íslandi meðan Þórður réði svo miklu. Biskup var með konungi um veturinn og hlýddi konungur allmjög á hans

what demanding man and thought likely to become a powerful leader. He lived at Kálfafell. He sought the greatest friendship with Þórður and wanted to take advantage of his foresight. He asked to become Þórður's attendant.

Þórður decided all alone at the assembly. He appointed Ólafur hvítaskáld Þórðarson as lawspeaker. He was fairly hostile to the Southerners and said that he would see what compensation for a father they would give to him, when they wanted less to serve him and other men in Iceland. However, they did not take heed to that. He promised that things would not get better for them if they continued to be this arrogant. Nevertheless, Þórður rode north from the assembly and was at home during the summer.

During autumn, when the comings and goings of ships were discovered and it became known that Gissur would not return, Þórður rode south over Kjöl with a great company of men and went all about Gissur's district. Now most men did not speak against serving him, but they were however under the most duress. He also imposed fines on all the householders, and they thought that paying these was more bearable than openly obeying Þórður, because they were simple in their obedience to Gissur. Þórður went down all the way to the headland and so up to Borgarfjörður. Then Sæmundur Ormsson came to him. Þórður went west from Borgarfjörður to Dalir and divided the domain between his kinsmen, Sturla Þórðarson and Jón Sturluson. He did that at Þorbergsstaðir. Afterwards he rode north to Laxárdalsheiði and sat at Grund during winter.

That winter he married Ingunn Sturludóttir to Sæmundur Ormsson, and they went east during the summer to the farm which Sæmundur had there. He then became a greatly overbearing man and was thought likely to become a leader.

That summer, Þórður rode to the assembly and at that time no man at the assembly spoke against him. The Southerners paid those fines which Þórður had imposed upon them, however, all was paid under the greatest duress.

That summer, Sæmundur Ormsson and Ögmundur Helgason came somewhat into disagreement. They brought the matter

sagnir. En þá var fátt þeirra manna í Noregi er mjög drægju fram hlut Þórðar nema nokkurir lögunautar hans.

before Þórður and he settled the disputes which were between them and bore on them. At that time no-one spoke against that which Þórður wanted to happen.

That summer a letter from King Håkon arrived for Þórður, and he was summoned abroad. There were some accusations and reproaches against Þórður in this: that he had taken more pains to ensure that he established himself as leader of the country rather than the king, as he thought their special, personal agreement to stand.

Bishop Henrik agreed that Þórður had not stuck to that which he had promised to the king. Now many disputes emerged between them, so that there was nearly nothing on which they were agreed. This disagreement grew to the extent that Henrik determined to go abroad that summer and he came to meet King Håkon. He greeted the bishop exceedingly well, because he knew he had faithfully pursued his case in Iceland. The bishop did not speak favourably about Þórður's case and said that he did not perform that which he had promised and said the king's cause would never proceed in Iceland, while Þórður controlled everything. The bishop was with the king over the winter, and the king listened closely to what he said. However, there were at that time few men in Norway who promoted Þórður's case, except for some of his messmates.

Fimmtugasti kafli

Gissur Þorvaldsson fór utan sem fyrr segir næsta sumar eftir Flugumýrarbrennu. Hann kom við Hörðaland. Frétti hann að Hákon konungur var í Túnsbergi. Sté hann þar á land og þegar í byrðing og fór austur til konungs. Tók konungur honum allvel. Þórður kakali var þá í Björgvin er skip það kom þangað er Gissur hafði á verið. Þar voru margir íslenskir menn á skipinu. Þá frétti Þórður þau tíðindi er gerst höfðu á Íslandi.

Og svo bar til litlu síðar er þeir höfðu upp skipað að Þórður og nokkurir menn gengu hjá stofu einni og heyrðu þangað mannamál. Þeir námu staðar og heyra að sagt var frá drápi Kolbeins Dufgussonar. Sá maður sagði frá er Þórður hét og var Steinunnarson. Þóttust þeir það finna að hann bar allar sögur betur Gissuri en brennumönnum, kvað alla menn undrast að Kolbeini varð ekki fyrir.

Þá gengur Þórður í stofuna og mælti: Nú skal sjá hversu mikið þér verður fyrir.

Laust hann þegar með öxi er hann hélt á svo að Þórður féll þegar í óvit.

Litlu síðar fór Þórður kakali austur til Túnsbergs og tók konungur honum eigi marglega. Gissur var þar fyrir. Og er Þórður hafði þar skamma hríð verið biður hann konung að hann léti Gissur á brott fara og segir eigi örvænt að vandræði aukist af ef þeir væru í einum kaupstað báðir.

Chapter Fifty

[Here the copies of Reykjarfjarðarbók are followed]

Gissur Þorvaldsson went abroad, as was said before, the next summer after the burning of Flugumýri. He came ashore in Hordaland. He learned that King Håkon was at Tunsberg. He step on land there before boarding a merchant ship and heading east to the king. The king greeted Gissur most well.

Þórður kakali was in Bergen when the ship on which Gissur had been arrived. There were many Icelandic men on that ship. Þórður now learned of the events which had taken place in Iceland.

So it happened that a little later, when Gissur and the others had gone up from the ship, that Þórður and some men went to a sitting room and heard men's voices thither. They took places and heard news of the killing of Kolbeinn Dufgusson. The account was given by that man who was named Þórður and who was Steinunn's son. They considered that he told the whole story completely in Gissur's favour rather than that of the arsonists, and everyone said they were astonished to hear that Kolbeinn was not difficult to overcome.

Þórður then burst into the sitting room and announced: 'now I shall see how difficult you are to overcome.'

Konungur svarar: Hver von er þér þess að eg reki Gissur frænda minn frá mér fyrir þessi ummæli þín? Eða mundir þú eigi vilja vera í himinríki ef Gissur væri þar? Vera gjarna herra, segir Þórður, og væri þó langt í milli okkar. Konungur brosti að. En þó gerði konungur það að hann fékk hvorumtveggja þeirra sýslu. Hafði Þórður sýslu í Skíðunni. Þeir fóru báðir til Hallands með konungi. Er þar mikil saga frá Þórði. Þórður var vinsæll í sýslu sinni og þykir þeim sem fáir íslenskir menn hafi slíkir verið af sjálfum sér sem Þórður.

Svo segir Kolfinna Þorvaldsdóttir, og var hún þá með Þórði, að bréf Hákonar konungs komu til hans síð um kvöld er hann sat við drykk, það er Þórður vottaði að konungur hafði gefið honum orlof til Íslands og gera hann mestan mann. Varð hann svo glaður við að hann kvað öngvan hlut þann til bera að honum þætti þá betri. Þakkaði hann konunginum mikillega. Drukku menn þá og voru allkátir. Litlu síðar talaði Þórður, sagðist og eigi fara skyldu af Íslandi ef honum yrði auðið út að koma. Litlu síðar segir Þórður að svifi yfir hann. Var honum þá fylgt til hvílu sinnar. Tók hann þá sóttinni svo fast að hann lá skamma stund og leiddi hann til bana. Er frá honum mikil saga.

Immediately, Þórður kakali struck out with the axe which he was holding, so that his namesake immediately fell unconscious.

A little later Þórður kakali went east to Tunsberg, but the king did not greet him in a friendly manner. Gissur had arrived there before him. After Þórður had been there a short while, he asked the king to send Gissur away, saying it was not beyond expectation for trouble to arise if they were together in the same market town.

The king responded: 'why do you expect that I would drive my kinsman Gissur away from me on account of these words of yours. Would you not want to go to heaven, if Gissur was there also?'

'I would want to be, Lord,' replied Þórður, 'but there would be a great distance between us.'

The king smiled at that; however, he made sure that he gave each of the two their own county. Þórður's county was in Skien. Þórður and Gissur both went to Halland with the king. There is a great saga about Þórður. Þórður was popular in his county, and they think that there have been few Icelandic men like him.

So says Kolfinna Þorvaldsdóttir, and she was with Þórður at this time, that a letter from King Håkon came to him late in the evening, when he was sat at drink, in which Þórður saw that the king had given him leave to return to Iceland and appointed him the country's governor. He was filled with joy and commented he had never received better news than this. Þórður thanked the king profusely. Now men drank and they were exceedingly merry. Shortly after this, Þórður spoke, vowing that he would never leave Iceland if he was fortunate enough to return. A little later on, Þórður noted that a chill had come over him. He was then helped to his bed. A sickness then took hold of Þórður with such rapidity that he only lay for a short while before he died. There is a great saga about him.